പുസ്തകക്കൂട്

അനുരാഗത്തിന്റെ 101
ഇതളുകൾ

PUSTHAKAKKOODU
Anuragathinte 101 Ithalukal

Edited by
Mahi Harippad, Neethu U.V.

Creative Editing	: Sujith R.S.
First Edition	: February 2025
Second Edition	: May 2025
Prepress Work	: Book Nest Publishing
Illustrations	: Sibin Das Mankombu
	: Suresh Kumar Kuzhimattam
Cover Design	: Book Nest Publishing
Published by	: Book Nest Publishing
Phone	: +91 94966 49547 | +91 96561 61635
Email	: booknestpub@gmail.com
ISBN	: 978-93-49488-04-5

For permissions and inquiries, contact:
Book Nest Publishing
Phone : +91 97785 80700
Email : booknestpub@gmail.com

ISBN 9789349488045
9 789349 488045

പുസ്തകക്കൂട്

അനുരാഗത്തിന്റെ 101 ഇതളുകൾ

നൂറ്റിയൊന്ന് കവികൾ

ബുക്ക് നെസ്റ്റ്
പബ്ലിഷിംഗ്
തിരുവനന്തപുരം

പ്രസാധകക്കുറിപ്പ്

പ്രണയത്തിന്റെ സാഹിത്യലോകത്തിലേയ്ക്ക് അനുവാചകരെ ഹൃദയപൂർവം സ്വാഗതം ചെയ്യുകയാണ് "പുസ്തകക്കൂട്: അനുരാഗത്തിന്റെ 101 ഇതളുകൾ" എന്ന പുസ്തകത്തിലൂടെ ബുക്ക് നെസ്റ്റ് പബ്ലിഷിംഗ്.

പ്രണയംകൊണ്ട് വായനക്കാരിൽ കാല്പനികതയുടെ സർഗ്ഗവസന്തം തീർക്കുന്ന ഒരുപറ്റം കവിപുഷ്പങ്ങൾ വൈകാരികതയുടെ തിരമാലകളെ കടലെന്നപോലെ പടച്ചുവിടുന്നുണ്ട്. പ്രണയത്തിന്റെ സുഖവും മുറിവും പരിലാളനയുംകൊണ്ട് വർണ്ണശബളതയും മൂർച്ചയും സമ്മേളിക്കുന്ന പവിഴപ്പുറ്റാകുന്നുണ്ട് ഓരോ കവിതയും. ഗൃഹാതുരതയുടെ ഉറവാർന്ന ഓർമകളിലേയ്ക്ക് അക്ഷരംകൊണ്ട് കൈപിടിക്കുകയാണ് ഇവിടെ ഓരോ കവികളും.

പ്രണയത്തിന്റെ അപൂർവനിമിഷത്തിൽ, പ്രണയദിനത്തിൽ, ബുക്ക് നെസ്റ്റ് പബ്ലിഷിങ് ഹൃദയസ്പർശിയായ ഒരുനൂറുങ്ങ് കവിതകൾ കൊണ്ട് നിറച്ച പ്രണയപാത്രം വായനക്കാർക്കുവേണ്ടി സമർപ്പിക്കുന്നു. അനുവാചകർ ഈ സമാഹാരത്തെ ഹൃദയപൂർവം നെഞ്ചേറ്റുമെന്ന പ്രതീക്ഷയോടെ,

ബുക്ക് നെസ്റ്റ് പബ്ലിഷിംഗ്

പ്രണയത്തിന്റെ അപൂർവസഞ്ചാരങ്ങൾ

പുറത്തു നിന്നു നോക്കുമ്പോൾ, സുന്ദരമായിത്തോന്നുമെങ്കിലും പ്രണയം എപ്പോഴും പ്രസാദാത്മകമല്ല. നിഷ്കളങ്കതയുടേയും പ്രതീക്ഷകളുടെയും ശാന്തതയുടെയുമൊപ്പം, നില്ക്കാനിടം നല്കാത്ത ഭയങ്ങളുടെയും നിരന്തരമായ ആത്മപീഡനത്തിന്റെയും നിതാന്തമായ കാത്തിരിപ്പിന്റെയും കൂടി മുദ്രകൾ ഉൾക്കൊള്ളുന്നതാണ് പ്രണയത്തിന്റെ അരങ്ങ്; "പ്രേമത്തിൻ തിളക്കം കണ്ടതു ചെന്നെടുക്കായ്‌വിൻ, ഭീമമാം ഖഡ്ഗത്തേക്കാൾ മൂർച്ചയേറിയതത്രേ" എന്ന മഹാകവി ജി. യുടെ വാക്കുകളെ ഓർമ്മിപ്പിക്കുന്ന വിധത്തിൽ.

അങ്ങനെ, ഹൃദയത്തിന്റെ പ്രതിധ്വനികൾ മുഴങ്ങുന്ന ഒരു കൂട്ടം പ്രണയകവിതകളാണ്, ഇവിടെ, 'നൂറ്റൊന്നിതളു'കളായി വിടരുന്നത്. ആദ്യ പ്രണയത്തിന്റെ മാധുര്യം മുതൽ ചിരകാല സൗഹൃദങ്ങൾ വരെ, ഭക്തി മുതൽ അടക്കാനാവാത്ത അഭിനിവേശം വരെ പല വിഷയങ്ങളിൽ പടർന്നൊഴുകുന്ന കവിതകളാണിവ.

കരീപ്പുഴ ശ്രീകുമാറിന്റെ 'പാദസരം' എന്ന കവിതയുടെ പ്രമേയം ഒരു നാടൻ പ്രേമമാണ്. പ്രിയതമയുടെ പാദസരത്തെക്കുറിച്ചു മാത്രമോർമ്മിച്ച്, പച്ചവയലിനു കാവലിരിക്കുന്ന യുവാവും, മഴക്കാല രാത്രിയിൽ, നെടുമങ്ങാടൻ കപ്പ 'ചെണ്ടമുറി' പോലെ പുഴുങ്ങിയതും മുളകു ചമ്മന്തിയുമൊരുക്കി അയാളെ ക്കാത്ത് അടുപ്പിൻചുവട്ടിൽ കിടന്നുറങ്ങി പോകുന്ന യുവതിയും. സമൂഹം, ഹൃദ്യമൽ സമൂഹമെന്നുതന്നെ പറയണം, അവരെ ഒരുമിക്കാനും പ്രണയമുണ്ണാനും അനുവദിക്കുകയില്ല. എന്നാൽ പ്രകൃതി അവരോടൊപ്പമാണ്:

"അടുത്ത പുലരിയിലാനക്കൂട്ടം
പിരിഞ്ഞു പോകുന്നേരം
ഇളവൻ കൊമ്പൻ തുമ്പിക്കയ്യിൽ
കരുതിനടന്നൂ ചെണ്ട
പിടിയാനയ്ക്കോ പാദസരം!"

പ്രണയം എത്രത്തോളം ഭൗതികമാണോ, അത്രത്തോളം ഭാവനാത്മകവുമാണ്:

"പുഴകടക്കുമ്പോൾ
മുട്ടോളം മുടിയിൽ നിന്നെ
ഒളിച്ചുകടത്തുന്നു.
പുഴയിലെന്നും കടത്തുകാരിയായി
പ്രണയം.
പിന്നെ-
പുഴമുറിച്ച് തിരികെവരുമ്പോൾ
മുടിയൊരു പുഴയായി കയത്തിലേയ്ക്ക്
കടലിന്നടിയിലെ കുടിലിലേയ്ക്ക് മെല്ലെയൊഴുകുന്നു."

എന്ന മ്യൂസ് മേരിയുടെയും

"പ്രണയത്തിലാണ്ട പെൺകുട്ടി
തന്നെത്തന്നെ വരച്ചു.
പ്രണയത്തിൽ അവൾ
പൂർണ നഗ്ന!"

എന്ന വി.എസ്. ബിന്ദുവിന്റെയും വരികൾ വായിക്കുമ്പോൾ, യാഥാർത്ഥ്യത്തെ ഉല്ലംഘിച്ചു പറക്കുന്ന അതിയാഥാർത്ഥ്യത്തിനു ചിറകു മുളയ്ക്കുന്നതായി നമുക്കനുഭവപ്പെട്ടേയ്ക്കും.

"പൂവോടിതൾ ചേരുമ്പോഴെല്ലാം
ആ കണ്ണിണകളിൽ പിറക്കും
കതിരവന്റെ ചിറകടികൾ
അഗ്നിശരങ്ങൾ." (പുഞ്ചിരി)

എന്ന് വിജയരാജമല്ലിക എഴുതുമ്പോൾ, വായനക്കാരിൽ, അതിതീവ്ര പ്രണയത്തിന്റെ വികാരങ്ങൾ ഉണരുമെങ്കിൽ,

"സങ്കടം ഒളിപ്പിച്ച്
അവളിട്ട പൂമരപ്പുഴയിൽ
ഞാനും മുഖം കഴുകിക്കരഞ്ഞു" (അവളിട്ട പൂമരം)

എന്ന് സുകുമാരൻ ചാലിഗദ്ധയിലെത്തുമ്പോൾ വിഷാദത്തിന്റെ ചുടുല നിശ്വാസമുണരും.

വാക്കും അർത്ഥവും പോലെ എന്ന കാളിദാസന്റെ രൂപകത്തെ ഓർമ്മിപ്പിക്കുന്ന വിധത്തിൽ, സമ്പൂർണ്ണമായ പരസ്പരലയനമായി പ്രണയത്തെ കണ്ടെടുക്കുന്ന വരികളും ഈ സമാഹാരത്തിലുണ്ട്:

"നീ

എന്നിലേക്ക് തുറന്നുവച്ചൊരു

ഒറ്റവരി കവിത

ഞാൻ,

നിന്റെ വാക്കിന്റെ ഓരം ചേർന്ന് നിൽക്കുന്നൊരു

ആശ്ചര്യചിഹ്നം."

(നീയും ഞാനും, ഡാർവിൻ മാത്യു)

ആത്മാനുഭവങ്ങളുടെ തീവ്രതയാണ് ഈ പ്രണയകവിതകളെ വ്യതിരിക്തമാക്കുന്നത് എന്നു കാണാം. ചുട്ടുപഴുത്ത പാത്രത്തിൽ എന്ന പോലെ, ഈ വരികളിൽ തൊടുമ്പോൾ, ആ അനുഭവം വായനക്കാരിലേക്കും സംക്രമിക്കുന്നു. ഉദാഹരണത്തിന്,

"നിന്നെ മറക്കുകയെന്നാൽ

മരിക്കുകയാണ്;

എന്നിട്ടും ജീവിക്കുന്നു.

വസന്തങ്ങൾ പൊഴിയുമ്പോൾ

വല വിരിച്ചിടാറുണ്ട്,

പൊഴിഞ്ഞ പൂക്കൾക്ക്

വല്ലാത്തൊരു സുഗന്ധമാണ്,

പ്രതീക്ഷയുടെ ഇളംകാറ്റിനെ

ഒരു നോക്കിൽ നഷ്ടപ്പെടുമ്പോൾ

ഒറ്റയടിക്ക് മൃതിയിലേക്ക്

പോവുകയാണവ- "

എന്ന സിന്ധു കെ.നായരുടെ വരികളും

നീ പോയതിൽ പിന്നെ,

ഇവിടം ശൂന്യമാണ്.

നിറങ്ങളില്ലാതായി ;

പൂക്കൾ, വസന്തങ്ങൾ

നിന്നിലൂടെയകന്നുപോയി,

ഒന്നും ക്ഷയിച്ചിട്ടില്ല,

നിന്റെയോർമ്മയിൽ
ഞാനെന്നും, നിന്നെ സ്വപ്നം കണ്ടുണരുന്നു.
പിന്നെയും, നീയറിയാതെ,
അത്രമേൽ ആർദ്രമായി
നിന്നെ സ്നേഹിക്കുന്നു.
നീ പോയതിൽ പിന്നെ ഇവിടെയെല്ലാം
നീയായ് മാറുകയാണ്.

എന്ന മുഹമ്മദ് റബീന്റെ വരികളും നഷ്ടപ്രണയത്തെ, ആർദ്രമായി അവതരിപ്പിക്കുകയാണ്. അതുപോലെ,

"ഒറ്റപ്പെട്ടവർ
രാത്രിയെ കൂട്ടുപിടിച്ച്
മുടിഞ്ഞുപോയ പ്രേമത്തെ പറ്റി പാടും
ചീവീടും കാറ്റും
കാക്കത്തൊള്ളായിരം നിശ്ശബ്ദതകളും
അതിലലിഞ്ഞു ചേരും -
ഉദ്യാനങ്ങളിൽ, കടൽക്കരയിൽ,
നിലാവും സൂര്യനും
മാറി മാറിയുദിക്കുന്ന കുന്നിൻപുറങ്ങളിൽ,
എല്ലാ വഴികളും പുറപ്പെട്ടൊടുങ്ങും-
ഒറ്റപ്പെട്ടവർ
മരണത്തോട് നിരന്തരം സംസാരിക്കും
അവർക്കൊപ്പം
ഭൂമിയിലെ എല്ലാ ഉറവകളുമൊഴുകും
എല്ലാ കാടും മഞ്ഞു പുതച്ചു കിടക്കും
ഒരു കിളിക്കരച്ചിൽ അവരെ പിന്തുടരും
ഒറ്റപ്പെട്ടവർക്ക് വേണ്ടി പാടാനായില്ലെങ്കിൽ
നമ്മുടെ പാട്ടുകളെത്ര വ്യർത്ഥം -"

എന്ന ഡി. അനിൽ കുമാറിന്റെ വരികളാകട്ടെ, പ്രണയത്താൽ മുറിവേറ്റ്, ഒറ്റപ്പെട്ടുപോയ എല്ലാ മനുഷ്യരോടും ചേർന്നു നില്ക്കുകയും ചെയ്യുന്നു.

പുതിയ കാലത്ത്, പ്രണയത്തിനു സംഭവിക്കുന്ന രൂപഭേദങ്ങളും മൂല്യച്യുതികളും കൂടി അടയാളപ്പെടുത്തുന്ന കവിതകളുമുണ്ട് എന്നതാണ് ഈ സമാഹാരത്തെ വ്യത്യസ്തമാക്കുന്നത്.

പ്രണയിക്കുമ്പോൾ,

അവൾക്ക് പേര് പൂവെന്നായിരുന്നു, എഴുതുമ്പോൾ, അവൾക്ക് പേര് കവിയെന്നായിരുന്നു,

ഉന്മാദിക്കുമ്പോൾ, അവൾക്ക് പേര് ഭ്രാന്തിയെന്നായിരുന്നു

കാമിക്കുമ്പോൾ,

അവൾക്ക് പേര് സ്വർഗ്ഗമെന്നായിരുന്നു, പിന്നീടെപ്പോളോ അവൾക്ക് പേര് വ്യഭിചാരിയെന്നായിരുന്നു,

മരണത്തിൽ, അവൾക്ക് പേര് ശവമെന്നായിരുന്നു,

മറവിയിൽ, അവൾക്ക് പേര് എന്തായിരിക്കും??

അയാൾ ഊട്ടിയ സ്നേഹ ഉരുളകൾക്ക് അവളിട്ട പേര് ജീവനെന്നായിരുന്നു !!

എന്ന പ്രസീദ എം.എൻ. ദേവുവിന്റെ വരികൾ (പേരിടൽ എന്ന കവിത) ഉദാഹരണം. അതുപോലെത്തന്നെ, അനീഷ് വെങ്ങാട്ട് എഴുതിയ 'മേഘസന്ദേശത്തിൽ നിന്ന് മെറ്റയിലേക്ക്' എന്ന കവിതയും തീർത്തും സമകാലികമാണ്:

"നീ വരച്ച ചിത്രം അപൂർണ്ണമാണ്,
രണ്ട് നീല ടിക്കുകൾ കൊണ്ട്
പൂർണ്ണമാകുമായിരുന്നു.

പെറ്റ് പെരുകാത്ത മയിൽപ്പീലി
പുസ്തകത്താളുകളിൽ
പൂപ്പല് പറ്റി പിടിച്ചിരിക്കുന്നു.

തേൻ വറ്റിയ പൂക്കൾക്ക് ചുറ്റും
തേനീച്ചകൾ വട്ടമിട്ട് പറക്കുന്നു.

മഴത്തുള്ളികൾക്കിടയിൽ
മേഘസന്ദേശത്തിനായി
മെറ്റയെ നോക്കി ഞാൻ നിന്നു."

ഐന്ദ്രിയാനുഭവങ്ങൾക്കപ്പുറം പ്രണയത്തിന്റെ ആത്മസത്തയ ന്വേഷിക്കുന്ന ഈ സമാഹാരത്തിൽ കുരീപ്പുഴശ്രീകുമാർ, മ്യൂസ് മേരി, വി.എസ്. ബിന്ദു, സുകുമാരൻ ചാലിഗദ്ധ, വിജയരാജ മല്ലിക, ഡി. അനിൽ കുമാർ എന്നിവർക്കു പുറമേ, സ്റ്റെല്ല മാത്യു, നിത്യ ഉണ്ണികൃഷ്ണൻ, ലിൻസി.പി, നിഷ വർഗ്ഗീസ്, രജനി രഘുനാഥ്, നുഷ്റ സി.എച്ച്, അനാമിക ഹരിപ്പാട്, സുന്ദരം പ്രഭാകരൻ, ഡാർവിൻ മാത്യു തുടങ്ങി നൂറോളം എഴുത്തുകാർ അണിനിരക്കുന്നുണ്ട്. സ്ഥലപരിമിതി മൂലം എല്ലാ കവിതകളേയും സ്പർശി ക്കാൻ സാധിച്ചിട്ടില്ലെങ്കിലും സാർവ്വലൗകികവും സാർവ്വകാലികവുമായ പ്രണയത്തെ പലവിധത്തിൽ അനുഭവിപ്പിക്കുന്നവയാണ് ഇതിലുള്ള ഓരോ കവിതയും എന്ന് ഉറപ്പിച്ചു പറയാൻ സാധിക്കും.

ഡോ. സത്യൻ എം.
ഡയറക്ടർ
കേരള ഭാഷാ ഇൻസ്റ്റിറ്റ്യൂട്ട്

ഉള്ളടക്കം

82. സ്മൃതി - വിദ്യ ഹരിപ്പാട്
83. പ്രണയം - സിന്ധു കെ. നായർ
84. കവയിത്രി - ഷിയ അന്നമ്മ ആന്റണി
85. എനിക്ക് നിന്നെ പ്രണയിക്കണമായിരുന്നു - സുകുമാരി സന്തോഷ്
86. അവാച്യമാണ്... അസുലഭവും - സന്തോഷ് ഇമ
87. പ്രണയകാന്തിപ്പൂക്കൾ - സ്വപ്ന ജയൻസ്
88. നിന്നോർമ്മയിൽ - താര കൃഷ്ണൻ ജി.
89. നീയുണ്ടായിരുന്നെങ്കിൽ - അനു നീരജ്
90. പ്രണയമന്ദാരം - പ്രമീള പ്രഭാകരൻ
91. പ്രണയമെത്തുമ്പോൾ - രജനി കാക്കശ്ശേരി
92. നീയും ഞാനും - വിനീത സന്തോഷ്
93. ഉറപ്പ് - സിന്ധുഭദ്ര
94. നിളയൊട്... സാഗരം - അനി എൻ. രാജൻ
95. നിന്റെ ദേവകുമാരൻ - സന്ധ്യ സജിത്ത്
96. പേരിടൽ - പ്രസീദ എം.എൻ. ദേവു
97. എന്നുമെൻ പൂമ്പാറ്റക്കായ് - അനില കോട്ടപ്പടി
98. സ്നേഹധാര - നിഷ ആർ.
99. ആ കാലം - മനോജ് മോഹനൻ നല്ലേപ്പിള്ളി
100. പ്രണയപുഷ്പം - ശ്രീകുമാർ പെരിങ്ങാല
101. വിഫലമോഹം - മഹി ഹരിപ്പാട്

എനിക്ക് നിങ്ങളെ ഇഷ്ടമാണ്.
കാരണമൊന്നുമില്ല.
ഓ, പരിഭ്രമിക്കാനൊന്നുമില്ല.
വഴിയിൽ തടഞ്ഞുനിർത്തില്ല,
പ്രേമലേഖനമെഴുതില്ല.
ഒന്നുംചെയ്യില്ല.
ഒരു ബന്ധവും സങ്കല്പിക്കാതെ...
വെറുതെ...
എനിക്കു നിങ്ങളെ ഇഷ്ടമാണ്.

- എം.ടി.

കുരീപ്പുഴശ്രീകുമാർ

പാദസരം

അപൂർവ സുന്ദര നെൽപ്പാടം
അതിൻ നടുക്കൊരു പുൽമാടം
അവിടൊരു റാന്തൽ വെട്ടത്തിൽ
തകരച്ചെണ്ട തലോടി
ഇരുട്ടൊരാനക്കൂട്ടം പോലെ
അടുത്തു വന്നതുകണ്ട്
ഇരിക്കയാണ് യുവാവ്
അവന്റെ പാട്ടിൽ പാദസരം.

അകലെയൊരോലക്കുടിലിൽ
വയൽരാപ്പാട്ടിനു കാതോർത്ത്
കപ്പ പുഴുങ്ങി കാന്താരിയുട-
ച്ചൊത്തിരി നേരം കാത്ത്
അടുപ്പിനരികിൽ കിടന്നുറങ്ങി
പൊടിമീശക്കാരി
അവളുടെ കൂർക്കം സംഗീതം
കാവൽക്കാരനുമവളും വർണ്ണ-
ക്കിനാവിലപ്പോൾസന്ധിച്ചു

നെടുമങ്ങാടൻ കപ്പക്കഷണം
മുളകുകുഴമ്പു പുരട്ടി
അവന്റെ നാവിൽ വച്ചപ്പോഴേ
കരളണിയിച്ചു പാദസരം
അടുത്തപുലരിയിലാനക്കൂട്ടം
പിരിഞ്ഞു പോകുന്നേരം
ഇളവൻ കൊമ്പൻ തുമ്പിക്കയ്യിൽ
കരുതിനടന്നു ചെണ്ട
പിടിയാനയ്ക്കോ പാദസരം!

മ്യൂസ് മേരി

ഒഴുക്ക്

പ്രണയത്തിന്
ഒരു പുഴയോളം ഒഴുക്ക്.
കയമാകുവോളം അടിച്ചുഴികൾ.
പുഴക്കരയെന്നും സംഗീതമാണ്.
അവൻ രാവന്തിയോളം പാടുമ്പോൾ
പുഴ വഴിയായിമാറുന്നു.

ഓരോ രാവിലും നീന്തിക്കയറി
അവന്റെ നെഞ്ചോളം
വഴിയായി പ്രണയം.
പുഴകടക്കുമ്പോൾ മുട്ടോളംമുടിയിൽ
നിന്നെ ഒളിച്ചുകടത്തുന്നു.
പുഴയിലെന്നും കടത്തുകാരിയായി
പ്രണയം.

പിന്നെ-
പുഴമുറിച്ചു തിരികെവരുമ്പോൾ
മുടിയൊരു പുഴയായി
കയത്തിലേയ്ക്ക് കടലിന്നടിയിലെ
കുടിലിലേയ്ക്ക് മെല്ലെയൊഴുകുന്നു.

വി.എസ്. ബിന്ദു

ക്രിയേറ്റിവിറ്റി

പ്രണയത്തിലാണ്ട പെൺകുട്ടി
തന്നെത്തന്നെ വരച്ചു.
പ്രണയത്തിൽ അവൾ
പൂർണ നഗ്ന!
വലംകൈയിൽ ഭിക്ഷാപാത്രം
ചുണ്ടിൽ എരിയുന്ന പാട്ട്
മുടിയാകെയും യക്ഷി!
പ്രണയമൊഴുകുന്ന
ചോരക്കുഴലുകൾ
വറ്റിപ്പോയ നദികളിലേക്ക്
അവൾ തുറന്നു വിട്ടു
ആനന്ദത്തിന്റെ മുറി തുറന്ന്
മുയലുകൾ കാരറ്റുകളായി വന്നു.
പച്ച ചുമപ്പ് നീലയിൽ
പ്രണയമരം പൂത്തു.
ഇതാരുടെ ചിത്രം!
പെൺകുട്ടി അതിശയിക്കുന്ന
നേരത്ത് ആസിഡ് മഴ
അവളെ തിന്നു വീർത്തു.

അവളിട്ട പൂമരം

സുകുമാരൻ ചാലിഗദ്ധ

അവൾ കരഞ്ഞിട്ടൊഴുക്കിയ
ഈ പുഴ നീരുകളിൽ ഒത്തിരി
പൂക്കൾ ഒഴുകി വന്നിരുന്നു

ഞാനും കരഞ്ഞിരുന്നായിരിക്കാം
കിട്ടുവാൻവേണ്ടി കൊതിച്ച
കിന്നാര കാട്ടു തുമ്പിയുടെ വാല്
നീണ്ടു കിടപ്പുണ്ടായിരുന്നു
നടന്നില്ല, പോട്ടെ.

ഞാനും കരഞ്ഞിരുന്ന പുഴ കടവിലെ
കല്ലും ഉരസ്സിയിരുന്നു കുമിളയിട്ട മീനും
പിണങ്ങിപ്പോയ്

ഒരു മരത്തൊലി ചവച്ച് സങ്കടം
ഒളിപ്പിച്ച് അവളിട്ട പൂമരപ്പുഴയിൽ
ഞാനും മുഖം കഴുകി കരഞ്ഞു

വിജയരാജമല്ലിക

പുഞ്ചിരി

പൂവോടിതൾ ചേരുമ്പോഴെല്ലാം
ആ കണ്ണിണകളിൽ പിറക്കും
കതിരവന്റെ ചിറകടികൾ
അഗ്നിശരങ്ങൾ.

ഇറ്റിറ്റു വീഴും ജലകണങ്ങളിൽ
സായൂജ്യം തേടി പുഴമീനിന്റെ
കൊമ്പുകൾ കോർത്തു
ശ്രുതിയിഴകളിൽ
ഖനനം ചെയ്തെടുത്തതോ
ആനന്ദത്തിന്റെ കാണാകയങ്ങൾ

സിരകളിൽ പടരും ദ്യുതിതരംഗത്താൽ
ആർത്തുപെയ്യും ഇടവപ്പാതിയിൽ
ദീപ്തദാഹം ശമിപ്പിച്ച
ഒട്ടകപുള്ളിമാനെന്നോണം
ഗന്ധം നുകർന്നു ആലസ്യത്തിലേക്കിറങ്ങവേ
കൈവീശി കവിളിൽ കിട്ടിയ പ്രഹരങ്ങൾ
മതിയാകാതെ കെഞ്ചിയതോ
ദേവിയെന്ന്...!

പെരുകും പെണ്മയുടെ ഗരിമയിൽ
കാമനകളുടെ കപ്പം വാങ്ങി
അടിമകൾക്കരുളുന്നതോ
കണ്ണിണകൊണ്ടൊരു പുഞ്ചിരിയും!

ഡി. അനിൽകുമാർ

ഒറ്റപ്പെട്ടവർ

ഒറ്റപ്പെട്ടവർ രാത്രിയെ കൂട്ടുപിടിച്ച്
മുടിഞ്ഞുപോയ പ്രേമത്തെ പറ്റി പാടും
ചീവീടും കാറ്റും കാക്കത്തൊള്ളായിരം
നിശ്ശബ്ദതകളും അതിലലിഞ്ഞു ചേരും

ഉദ്യാനങ്ങളിൽ കടൽക്കരയിൽ
നിലാവും സൂര്യനും മാറി മാറിയുദിക്കുന്ന
കുന്നിൻപുറങ്ങളിൽ എല്ലാ വഴികളും
പുറപ്പെട്ടൊടുങ്ങും

ഒറ്റപ്പെട്ടവർ മരണത്തോട്
നിരന്തരം സംസാരിക്കും

അവർക്കൊപ്പം ഭൂമിയിലെ
എല്ലാ ഉറവകളുമൊഴുകും
എല്ലാ കാടും മഞ്ഞു പുതച്ചു കിടക്കും
ഒരു കിളിക്കരച്ചിൽ അവരെ പിന്തുടരും

ഒറ്റപ്പെട്ടവർക്കുവേണ്ടി
പാടാനായില്ലെങ്കിൽ
നമ്മുടെ പാട്ടുകളെത്ര
വ്യർഥം

നിത്യ ഉണ്ണികൃഷ്ണൻ

കാവ്യമാനസം

തനിയെ പാടുന്ന നേരങ്ങളിൽ,
പതിയെ മൂളുന്നുവെൻ തംബുരു.
ഇരുളിൽ മയങ്ങിയ സ്വപ്നങ്ങളെ,
മിഴികളിൽ നിറഞ്ഞാടുമോ.

നിഴലായി ചേർന്നിടും നിമിഷമേ,
പതിവായിയെന്നെ ഉണർത്തുമോ,
നിദ്രാവിഹീനയായി മാറിടും യാമത്തിൽ,
അലസമാം ചിന്തകൾ കാർന്നില്ലേ.

നിറകുടം തുളുമ്പുമെൻ കാവ്യകുസുമങ്ങൾ,
പെയ്തു തോർന്നീടാതെയെൻ താളുകളിൽ.
ആർദ്രമാം സംഗീതം വീണ്ടുമടുക്കവേ,
തംബുരു ശ്രുതികളെൻ മനോവീഥിയിലാടി.

ഡോ ആർഷ എം. ദേവ്

ശ്യാമമാധുരി

എത്രനാളെത്രനാൾ കാത്തിരിക്കേണ്ടു ഞാൻ
മുഗ്ധമാ സംഗീതധാര ശ്രവിയ്ക്കുവാൻ
അത്രമേൽ നീയെന്റെയാത്മാവിനുള്ളിലെ
ചിത്രകദംബവനങ്ങളിൽ മരുവുന്നു

നീയെന്റെയുള്ളിലെ മാകന്ദശാഖിയിൽ
നിത്യം വിരുന്നെത്തുമീണപതംഗമായ്
നീയെന്റെയുദ്യാനവാടിയിൽ പൂക്കുന്ന
നീലോല്പലം തേടും നന്ദനഭ്രമരമായ്

നിന്നെയോർക്കുന്നൊരാമാത്രയിലെന്മനം
വർണ്ണവൃന്ദാവനശോഭിതമാകുന്നു
നീയാം നിലാവിൻ കുളിർച്ഛായ തേടുന്നു
നിദ്രാവിഹീനമായെന്മനം മാധവാ!

രാധയോ മീരയോ പേരല്ലയെങ്കിലും
രാഗാർദ്രയായിവൾ പാടുന്നു നിത്യവും
നീയെന്റെയർത്ഥവും നീയെന്റെ പുണ്യവും
നീ മാത്രമാണെന്റെ നിത്യസംഗീതവും.

ലിൻസി പി.

അയാൾ

അയാളെനിക്ക് വീടായിരുന്നു
എപ്പോൾ കയറി ചെന്നാലും
എനിക്കിടമുള്ള എന്റെ വീട് !

ശകാരിച്ചും, സ്നേഹിച്ചും
എന്നെ വളർത്തിയ
എന്റെ മാത്രം വീട്...

കുറേ കാലം ഞാൻ
അവിടെ കഴിഞ്ഞു.
എന്റെ ചിരികളിൽ
കൂടെ ചിരിച്ചതും
എന്റെ മൗനങ്ങളിൽ
കൂട്ടിരുന്നതും എന്റെ വീട്

എപ്പഴോ വീടെനിക്കു മടുത്തു
ഞാൻ വീട്ടു വിട്ടിറങ്ങി
പുതിയ വീട്ടു തേടി,
പുതിയ വീടെനിക്ക് വേഗമിണങ്ങി
പഴയ വീടവിടെ നിലം പതിച്ചു.....

പനിപ്പെണ്ണ്

സിബിൻ ദാസ് മങ്കൊമ്പ്

ഇടയ്ക്കിടെ വന്നൊന്ന്
ചേർത്തുപിടിച്ചില്ലെങ്കിൽ
ഉള്ളിലാകെയൊരു തീയാണെന്ന
പനിപ്പെണ്ണ്.

നീ വരുമ്പോഴൊക്കെ
ആ തീച്ചൂട് ഇവിടെ
മറന്നുവയ്ക്കാറുണ്ടെന്ന
ഞാനും.

എന്നിട്ടോ...?
എന്നിട്ടെന്താവാൻ...
ഉള്ളതൊക്കെ വാരിയെടുത്ത്
അവളങ്ങു പോയി.
അതിൽപിന്നെയാ
ഈ ഉമ്മറത്തിങ്ങനെ
മരവിച്ച മരവിച്ച്...

പ്രിയ എസ്. പൈ

ഒടുവിൽ നീയെത്തുമ്പോൾ

ഒടുവിൽ നീയെത്തുമ്പോൾ
എന്റെ കണ്ണുകൾ ഒരു തവണപോലും
നിന്നെ കാണാനാകാതെ അടഞ്ഞിട്ടുണ്ടാകണം
ഒരിക്കൽകൂടി തുറക്കാത്തതും നിന്നോട്
പലവട്ടം ഉരിയാടാൻ ശ്രമിച്ചതുമായ എന്റെ
ചുണ്ടുകളിലേക്ക് നീ നോക്കണം
അപ്പോൾ എന്നെ വായിച്ചെടുക്കുവാൻ
നിനക്ക് മാത്രമേ സാധിക്കു
കഴിയുമെങ്കിൽ എന്റെ പാദങ്ങളിലേക്കും
നിന്റെ മിഴികൾ പായിക്കുക
നിന്നിലേക്ക് നടന്നെത്താനുള്ള
ക്ലേശങ്ങളിൽപ്പെട്ട എന്റെ കാലുകളിലെ
ക്ഷതങ്ങൾ നിനക്ക് കാണുവാൻ കഴിയും
മതി മെല്ലെത്തിരിയുക
എനിക്കുവേണ്ടി സൂക്ഷിച്ചിരുന്നെങ്കിൽ
മാത്രം ഹൃദയത്തിന്റെ ഒരു കോണിൽ
നിന്ന് രണ്ടുതുള്ളി ബാഷ്പം ആരുംകാണാതെ
വീഴ്ത്തുക, മടങ്ങുക
എന്റെ യാത്രയയപ്പിൽ നീ ഉണ്ടാകരുത്.

ലിൻസി പി.

എന്റെ മനുഷ്യന്...

നന്ദി, മനുഷ്യാ
ഓർക്കാനൊരാത്മാർത്ഥ-
പ്രണയം തന്നതിന്
മനസ്സറിഞ്ഞു തന്ന സ്നേഹങ്ങൾക്ക്
കൂട്ടിരുന്ന നേരങ്ങൾക്ക്
കേട്ടിരുന്ന വാക്കുകൾക്ക്
പറഞ്ഞു തീർത്ത പരാതികൾക്ക്
കണ്ടുമുട്ടിയ ഇടങ്ങൾക്ക്
സ്വാന്തനം പകർന്ന വേദനകൾക്ക്
ചേർത്തുപിടിച്ച കരുതലുകൾക്ക്
ചെയ്തുതന്ന ഉപകാരങ്ങൾക്ക്
പിണങ്ങിനിന്ന ദിവസങ്ങൾക്ക്
വാരിപ്പുണർന്ന ആലിംഗനങ്ങൾക്ക്
പാലിച്ച തീർത്ത വാഗ്ദാനങ്ങൾക്ക്
ആശിച്ച തന്ന സമ്മാനങ്ങൾക്ക്
തന്നുകൂട്ടിയ കുന്നോളം ഓർമ്മകൾക്ക്
കൂട്ടുവിളിച്ച ഭാവി ജീവിതത്തിന്
ഒടുവിൽ, പ്രണയം നേരംപോക്കാക്കി-
ഞാൻ മടങ്ങവെ ശാപം മൊഴിഞ്ഞിടാത്ത
എന്റെ മാത്രം മനുഷ്യന് നന്ദി.

സിന്ദൂരച്ചെപ്പ്

ആശ അജിമോൻ കൊട്ടാരത്തിൽ

നീല നിലാവിന്റെ തെളിനീരൊളിയിൽ
ഒരു ചെമ്പക പൂമണം വിരുന്നു വന്നു...
നാളേക്കെന്നിലൊരു പൂക്കാലം തീർക്കുവാൻ
തൊടിയിലാ ചെമ്പകം പൂത്തു നിന്നു...

അമ്പിളി മുങ്ങിയ കടവിലാ തോണിയിൽ
എന്നെയും കാത്തു നീ തനിച്ചു നിൽക്കെ...
രാപ്പാടി മൂളും താളത്തിലെന്നിൽ
നീയെന്നൊരാൾ മാത്രം നിറഞ്ഞു നിന്നു...

കനവുകൾ കളമെഴുതും മുറ്റത്തന്നാദ്യമായി
മാറോട് ചേർത്തെന്നെയണച്ച നേരം
അറിഞ്ഞുവോ കണ്ണാ നീയെന്റെയുള്ളിലെ
അനുരാഗമോലും പ്രിയ യമുനയെ...
ചുംബനപ്പൂക്കളാൽ അന്നു നീ തന്നൊരെൻ
സിന്ദൂര രേഖ ചുവന്നിരിപ്പൂ...

ഇനിയെന്നു വരുമെന്നൊരു വാക്കും
മൊഴിയാതെ നീയെങ്ങോ പോയി മറഞ്ഞു നിൽപ്പൂ...
വഴി തെറ്റിയെങ്ങാനും നീ വരുമെന്നതോർത്തെന്റെ
കുങ്കുമചെപ്പും തുറന്നിരിപ്പൂ...
കുങ്കുമചെപ്പും തുറന്നിരിപ്പൂ...

മനേക്ഷ ശ്രീ

പ്രിയമുള്ളവൾ

സ്നേഹപൂക്കളെന്നിലേക്ക്
മയിൽപ്പീലി പോലെ
പൂത്തുലഞ്ഞു നിൽക്കുമെന്നും
മഴക്കാറ്റ് പോലെ
നീ വന്നു ചേരും നേരം
ഞാനറിയാതെ സ്നേഹമാം
മണിത്തുവൽ പോലെ
എന്നിലേക്ക്
വന്നുചേർന്നതാവാം
നീ എനിക്ക് ഏറെ
പ്രിയമാകുന്നു
മധുരമാം സ്നേഹമാകുന്ന
വീഥിയിൽ നിന്നിലേക്ക്
ഞാൻ അലിഞ്ഞുചേരവേ...

നിഷ ഹരിപ്പാട്

പ്രണയം

കാവിലെ കുളക്കരയിൽ കാട്ടുചെമ്പകം
പൂവിട്ടത് നമ്മുടെ പ്രണയത്തിന്
സാക്ഷിയെന്നോണമായിരുന്നു...

കരിന്തിരികത്തിയ കൽവിളക്കിലെണ്ണ
പകർന്നതും നിന്റെ ചിരികളുടെ
വെളിച്ചത്തിലായിരുന്നു...

കാവിലെ ഇലഞ്ഞിമരത്തിൽ നിന്നുതിർന്ന
പൂക്കളാൽ നമ്മൾ കൊരുത്തെടുത്തൊരുപൂമാല
എന്റെ കഴുത്തിലണിയിച്ച നീ തന്നതും
കാവിലെ ദീപങ്ങളെ സാക്ഷിനിർത്തിയായിരുന്നു...

ഇരുട്ടിന്റെ മുടിയിൽ നിന്നൊരു മുല്ലപ്പൂവിറുത്ത്
എന്റെമുടിയിൽ നീ ചൂടിയതിനും സാക്ഷി
നമ്മളെ തലോടിപ്പോയ കാറ്റു മാത്രമായിരുന്നു..

അന്നാസന്ധ്യയിൽ നീ തന്ന
കരുതലാം ചുംബനത്തിന്
കാട്ടുതൃത്താവിൻ ഗന്ധമായിരുന്നു...

ഗീതു ശ്രീ

നീയാം പൂതേടി ഞാനിങ്ങനെ

സ്നേഹമെന്ന തേൻ ചാലിച്ച്
ഒന്നുമ്മവച്ചേയുള്ളൂ
ദേ, കവിളിലൊരു തളിർത്ത മഴവില്ല്

എന്റേയെന്നു മന്ത്രിച്ച് നെഞ്ചോടു
ചേർത്തൊന്നുപുണർന്നേയുള്ളൂ
മിഴിയിലിതേവരെ കാണാത്ത ഒരു
കുഞ്ഞുനക്ഷത്രത്തെല്ല്

പൊന്നേയെന്നോതി വിരലിൽ
വിരൽകോർത്തല്ലേയുള്ളൂ
വർണ്ണക്കുടചൂടിയൊരു
വസന്തം തൊട്ടരികേ

തൊട്ടുരുമ്മുമ്പോഴൊക്കെ
ചിറകുമുളയ്ക്കുന്ന ശലഭങ്ങളാവുന്നെങ്കിൽ
പറന്നുരസിക്കട്ടെ
നീയാം പൂതേടി ഞാനിങ്ങനെ

സന്ധ്യ റ്റി.

നിനക്കായ്

അരികിലില്ലെങ്കിലും നീയെന്ന സത്യം
നിന്നെ അറിഞ്ഞവൾ ഞാൻ
നിന്നിലലിഞ്ഞവൾ ഞാൻ
നിനക്കായ് വേണ്ടി മാത്രം
പൂക്കാനൊരു വസന്തം തീർത്തു ഞാൻ
നിനക്കായ് മാത്രം പൊഴിയാനൊരു
ശിശിരം തീർത്തു ഞാൻ
മൊഴിയുവാൻ അറിയില്ലെനിക്ക്
നീ കാണാതെ പോയ എന്നുള്ളം
ഇരുളിൻ കൂടാരത്തിൽ
എനിക്കായ് പെയ്തിറങ്ങിയ
വെൺപ്രഭയല്ലോ നീ
ഇന്നും തിരക്കുന്നു ഞാൻ
ഇന്നും കൊതിക്കുന്നു ഞാൻ
നിന്റെ കരലാളനത്തിനായ്
ഈ സുന്ദരഭൂവിൽ എനിക്ക്
എന്നെന്നും കൂട്ടിന് നീ മാത്രമല്ലോ...

ഉഷാ ഭവാനി

ഈ പ്രണയം എന്താണ് ഇങ്ങനെ!

ഹൃദയം നിറഞ്ഞു തുളുമ്പുന്ന പ്രണയം
ആവേശത്തോടെ ഒഴുകുന്നത് കൊണ്ടാകാം
ഞരമ്പുകൾ ഇത്രയും നീലിച്ചുപോയതെന്ന്...

പറയാത്ത പ്രണയം തൊണ്ടയിൽ
വറ്റിവരണ്ടതുകൊണ്ടാണ്
ഈ കടമ്പിലും നീലിച്ച വസന്തം
പടർന്നിറങ്ങിയതെന്ന്...

മനസ്സിലടച്ച പ്രണയംകവർന്നെടുത്തിട്ടാണ്
കണ്ണുകളിലങ്ങനെ നീലക്കടലിളക്കമെന്ന്...

വലിച്ചെറിഞ്ഞ പ്രണയവിത്തുകൾ
മനസ്സുകളിൽ പന്തീരാണ്ടിനപ്പുറവും
കുറിഞ്ഞിമലകളായി നീലിക്കാറുണ്ടെന്ന്...

പ്രണയമനസ്സുകളുടെ ചുംബനച്ചൂടേറ്റത്രേ
നിലാവു പുതച്ച രാത്രിയും
ഇങ്ങനെ നീലയായതെന്ന്...

ഈ പ്രണയം എന്താണോ..
ഇങ്ങനെ..!!

രജനി രഘുനാഥ്

പ്രണയനിലാവ്

പ്രണയിക്കുവാൻ
അറിയില്ലെന്നാകിലും സഖീ
നിനക്കായി പ്രണയിച്ചീടുന്ന
എൻ ആത്മാവിലുയരുന്ന ശബ്ദമാണു
നൊമ്പരങ്ങളിലും നീ തന്നെയല്ലേ
എന്നിൽ നിന്നും വേർപിരിക്കാനാവില്ല
നിന്നെ എന്നിൽ നിന്നും
ജീവിച്ചുതീർക്കുമ്പോഴെൻ ജീവിതം
ആകാശച്ചെരുവിലെ വീഥിയിൽ
സഖീ നിന്നെ കണ്ടുമുട്ടീടുമ്പോ,
കാലം പറഞ്ഞീടുന്നു
നിന്നെ പിരിയാൻ ഞങ്ങൾക്കുമാവില്ല!

ആ ഒരു നിമിഷം

നഷറ സി.എച്ച്.

ഓർമകളിൽ തെളിഞ്ഞു
നിൽക്കുന്നൊരു നിമിഷമുണ്ട്.
ഒരിക്കലും കടന്നുപോകരുതെന്ന്
ആശിച്ചു പോകുന്ന നിമിഷം.
കാലത്തിന്റെ ഘടികാരമൊന്ന് നിശ്ചല-
മായെങ്കിലെന്ന് നെഞ്ചകം തുടിച്ചുപോകും.
പ്രകൃതി പോലും നാണിച്ച് വസന്തം തീർത്ത്,
മിഴികളെ കുളിരണിയിച്ച മായിക ലോകം.
ആയുസ്സിന്റെ സ്വപ്നങ്ങൾ
ഹൃദയത്തിൽ തന്ത്രികൾ മീട്ടുന്നു.
അവന്റെ കണ്ണിലവളെ കാണാം.
ആദ്യമായൊന്ന് ചേർത്തു
പിടിച്ചപ്പോളവന്റെ കൈപ്പിടിയിൽ
ചുവന്നുതുടുത്തൊരു പനിനീർപൂവായ്.
ആ തിളങ്ങുന്ന മിഴികളിൽ അതുവരെ
കാണാത്തൊരു വർണ്ണലോകം തെളിഞ്ഞുനിന്നു.
പെട്ടെന്നതാ ഘടികാരസൂചികൾ
ലക്ഷ്യമില്ലാതെയലയുന്നു.
വസന്തമാർന്ന പ്രകൃതി കൊടും ശൈത്യമായി.
അടർന്നുവീണ മലരുപോലവൾ
ഉറഞ്ഞ മഞ്ഞായ് മണ്ണിലമർന്നു.
ഉയിരിലപ്പോഴും ചുവന്നു തുടുത്തൊരു
പനിനീർ പൂവായവൾ തിളങ്ങി നിന്നു.
അവൻ ബാക്കിവെച്ച സുഗന്ധംപേറി
അവന്റെ ഹൃദയത്തിലേക്കവൾ ഓടിയൊളിച്ചു.

ബിന്ദു വിശ്വനാഥ്

കുയിലിന്റെ ഈരടികൾ

സ്നേഹാർദ്ര നയനങ്ങൾ തമ്മിൽച്ചേരുമ്പോൾ
ആർദ്ര ഭാവനകൾ ഇതൾ വിരിക്കുമ്പോൾ
അകലയാ പൗർണ്ണമിച്ചോലയിൽ
നാം നീരാടിയ കാലം

ചിറകിൻമേൽ ചിറകുചേർത്ത്,
പ്രണയഗീതികൾ പാടിയ കാലം
ദേവഗാന്ധാരം സർഗപ്രപഞ്ചമായ്
നമ്മുടെ ഉള്ളം നിറയുമ്പോൾ
നീ മൂളിയ രാഗപരാഗങ്ങൾ എത്ര ധന്യം!

സഖിയുടെ മൂർദ്ധാവിൽ പ്രണയാർദ്ര-
രാഗമുദ്രകൾ ചാർത്തിയ നിമിഷം
വസന്തം വിടർന്നത് നിനക്കായിരുന്നു
വർഷങ്ങൾ ആർദ്രമായതും നിനക്ക്
നീട്ടിയ വിരൽത്തുമ്പിൽ ചൊടിയുടെ
രാഗതാപം നൽകി എന്നെ തണുപ്പിച്ചു നീ

നീ അറിയാതെ നിന്റെ ഭാവങ്ങളെ
അകലങ്ങളിൽ നിന്നുമറിഞ്ഞു
കവിമാനസം ഋതുഭേദയാത്രയിൽ,
ഈ വിദൂരതയിൽ നിൽക്കുമ്പോൾ
ആതിരപ്പൂക്കൾ വീണ്ടും വിടരുമ്പോൾ
ഉള്ളിൽ നിറയുന്ന കാവ്യസങ്കല്പങ്ങൾക്ക്
ഭാവമേകാൻ എപ്പഴോ എന്നിൽ
നിറഞ്ഞ കുയിലിന്റെ ഈരടികൾ

അൻസൽന ഐഷ

നിഴലാട്ടം

ഒരു നിശ്വാസത്തിനപ്പുറം നീയുണ്ടെന്നത്
തന്നെയാണ് എന്റെ ജീവശ്വാസത്തിന്റെ
മിടിപ്പിനു കാരണം.

മഞ്ഞുമറയ്ക്കപ്പുറമൊരു നിഴലുണ്ടെങ്കിൽ
അതു നീ തന്നെയെന്നുറപ്പിച്ച ഹിമകണം
വാരിപ്പുതയ്ക്കാൻ എനിക്ക് തോന്നുന്നുവെങ്കിൽ,
എന്റെ കുളിരു മാറ്റുന്ന പുതപ്പു നീയായതുകൊണ്ടല്ലേ?

രാത്രിയുടെ ഏഴാംയാമത്തിൽ തൂവെള്ളക്കുതിരയെ
പൂട്ടിയ പുഷ്പക വിമാനത്തിൽ നീ വന്നിറങ്ങുമ്പോൾ
എന്റെ ജനാലയുടെ വിരികൾ കാറ്റിലിളകി
നിനക്കായ് വഴി മാറുന്നത് നിന്നോടുള്ള
എന്റെയിഷ്ടം ഭ്രാന്തായതു കൊണ്ടാവുമോ?

ഒരു വിളിപ്പാടകലെനിന്നും നിന്റെ വിരലുകൾ
എന്നിലേക്കെത്തിക്കാൻ ശ്രമിക്കുമ്പോൾ
അറിയാതെ ആ തലോടലിനായി
എന്റെ ഉടലും കൊതിക്കുന്നുവെങ്കിൽ
എന്റെയിഷ്ടമേ.. അത് നീയായതു കൊണ്ടല്ലേ!

ഒരു നിഴലാട്ടത്തിന്റെ മായക്കാഴ്ചയിൽ
ഹൃദയത്തിൽ വേരുറപ്പിച്ചെന്നെ
ഭക്തമീരയാക്കിയ കൃഷ്ണാ
നീയല്ലേ എന്നുമെന്റെയിഷ്ടവും
ഉള്ളിൽ നിറയുന്ന ഭക്തിതൻ സായൂജ്യവും.

രജിത സുനിൽ

പ്രണയമൊരു നോവ്

പാറിപ്പറന്നുല്ലസിച്ചാക്കാലമത്രയും
മനസ്സെത്ര ശൂന്യം
ആ വഴിയിലൂടെത്തിയ ചിന്തകൾക്കെന്തു
ചന്തമുണ്ടായിരുന്നെന്നുമോർത്തുപോകുന്നു!

പാർക്കുവാനെത്തി-
യൊരിറ്റു പ്രേമകണമെത്രയോ
വേദനയേറ്റുവാങ്ങുന്നു.
പ്രാണൻ കളഞ്ഞപോലാകുന്ന വിരഹവും
പ്രളയംപോലാകുന്ന കണ്ണീരും

സഹതാപമായങ്ങോ-
ട്ടോയിങ്ങോട്ടോ കിട്ടിയൊരൻപ്!
സഹിക്കാനാവാത്ത നോവുണർത്തുന്നു.

പ്രിയമോടെയോതുന്ന വാക്കുകൾ,
പിന്നെയൊരു പരിഭവമാകുന്ന കാലം
പലവട്ടം വിളിച്ചിട്ടും കേൾക്കാതെയാകുന്ന നേരം.

പിരിയുന്നനേരത്താകിലും
അടരാതെയിരിക്കുമൊരിറ്റു സ്നേഹവും
തെളിയുന്നതിവിടെ,അകതാരിലെന്നോ
തിളങ്ങിയൊരാത്മാർത്ഥ സ്നേഹമാകുന്നു!

കടൽ

ഇന്ദുലേഖ വാസുകി ഷാജി

അസ്തമയം
അഴിച്ചിട്ട ചുവപ്പിലൂടെ
നമുക്ക് നടക്കാം

വേവുന്ന ചൂട്ടും
കുളിരുന്ന സന്ധ്യയും
ഇനിയും വരുമെന്ന്
നമ്മൾ പറയുമ്പോൾ
തിരകൾ നമ്മളെ
അറിയില്ലെന്ന് പറയുന്നു

എന്നിട്ടും, നമ്മൾ ചിരിച്ച
മുഖം തമ്മിൽ ഉരസി പറയുന്നു
ഹൃദയം കൊണ്ടല്ലാതെ
മറ്റേത് ഉടമ്പടിയിലാണ്
നമ്മൾ ഒപ്പ് വയ്ക്കേണ്ടത്

അജിത ഗോപിനാഥ്

മോഹമാല്യം

ചന്ദനഗന്ധമായ് ചാരത്തണഞ്ഞവൻ
പൗർണ്ണമിരാവിലെ പാൽനിലാവിൽ
കനകലിപികളാം സ്വരങ്ങൾപാടി-
യതിൻ നാദത്താലുണരും വിഭാതമായി

അകലേക്കു നോക്കുമാ-
മിഴികളിൽ കണ്ടു ഞാൻ
അനുരാഗത്തുള്ളിതൻ രാഗഭാവം
മുൻജന്മസുകൃതമായ്
ചേർത്തു ഞാനതിനെയെൻ
ശീതാംശു തൂകുന്ന മാനസത്തിൽ

മണിവിളക്കെരിയുന്ന നേരത്തിലമരുന്ന
ജീവശകലങ്ങളെപ്പോലെ ഞാനും
ആത്മാവിലുണരുന്ന ദേവസംഗീതമായ്
പുതുജീവനുണരുന്ന മാത്രയൊന്നിൽ

നിൻസ്നേഹ ഹൃദയത്തുടിപ്പുകളെന്നിലെ
പ്രണയകാവ്യങ്ങളായ് മാറുന്നേരം
ആ ശ്വാസഗീതികളെന്നിലെപ്പാതിയി-
ലൊരുമിച്ചുചേരുന്ന ധന്യവേള

ഒരു മഴത്തുള്ളിക്ക് കേഴുന്ന പക്ഷിത-
ന്നനുതാപധാരകൾ പൊഴിഞ്ഞപോലെ
ഒരു കാലമുണ്ടാകുമെന്റെയീ മോഹങ്ങൾ
പൂവണിയാനുള്ള ശുഭമുഹൂർത്തം.

അനശ്വരഗീതം

അനാമിക ഹരിപ്പാട്

പകൽത്തിറ തന്നിലെ ജ്വലനവേഗങ്ങളിൽ
രാവിന്റെ മഷിതൊട്ടു നിൽക്കേ...

വേരുകൾ പിണയുന്ന അടരുകളിൽ
നിന്നേതോ ഇലജന്മമായി നാം തളിർത്തു

അടരാടിയെത്തുന്ന കാറ്റിന്റെ ഗതിവേഗം
ശമനതാളങ്ങൾ നിറയ്ക്കേ...

മൃതിസന്ധ്യ ശോണിമ ഉതിർന്നിയ വാനതിൽ
സ്മൃതികുംഭമൊന്നങ്ങുടഞ്ഞു

അതിഗൂഢമായി കൊരുത്തതാം
വിരലിന്റെ മൃദുലാഗ്രബിന്ദുവിൽനിന്നും

പിറവികൊള്ളുന്നുവോ കാവ്യകല്ലോലിനി
നിറയുമാ സൗപർണികയായി.

വാക്കുപൂക്കും തപസ്ഥലികളിലൂടെ
അവിരാമമായൊരു യാത്ര

കലികാലരഥ്യയിൽ നിന്നും
കുതറിയങ്ങനുപമ സ്വരഗംഗയായി

ആത്മാവിൽ തിരതല്ലി ഒഴുകുന്നു വീണ്ടുമേ
നീയാം അനശ്വരഗീതം!

പ്രണയപുഷ്പം

നിവേദിത എസ്.

നീയെന്ന പ്രണയം
എന്നിലേക്ക് ആഴ്ന്നിറങ്ങവേ
ഞാൻ നിന്നിലൊരു
പ്രണയ പുഷ്പമായി പൂത്തുലഞ്ഞു
നിൻ സ്നേഹഗതി മാറീടവേ
ഞാൻ അറിയാതെ
നിന്നിലേക്കലിഞ്ഞു പോയി
എൻ പ്രിയ തോഴാ
നിൻ സഖി ഞാനോ
നമ്മുടെ പ്രണയവും
സാഫല്യമാകുന്നു
വാകമരചോട്ടിൽ
ഞാനേകയായി നിൽക്കവേ
നിൻ പ്രണയവും
എനിക്കൊരു കൂട്ടായിരുന്നു
അത്രമേൽ ഇഷ്ടമാണെൻ തോഴാ
എനിക്ക് നിന്നോടിപ്പോഴും

സരിത എം. മത്തായി

നിനക്കായൊരു പൂക്കാലം

പാടാതെ പോയ രാപ്പാടി
വീണ്ടും പാടുന്നുവോ മനസ്സിൽ
വരികൾക്കുള്ളിൽ നിറയുന്ന ഗദ്ഗദം
പടരുന്നുവോ ഹൃദന്തം

ഒരു മാത്രയെങ്കിലും നീ മുന്നിൽ
വന്നിരുന്നെങ്കിൽ
തളിരായ് പൂത്തു നിന്നെങ്കിൽ
നിനക്കായ് കരുതിയ വസന്തങ്ങളെല്ലാം
നിറമായ് ചാർത്തിടാം ഞാൻ
ഒരു പ്രേമഗാനം നീ മൂളിനിൽക്കുമ്പോൾ
ഈണമായ് മാറിടാം ഞാൻ

കാറ്റും മഴയും ഇണചേർന്നപോൽ
തമ്മിലലിഞ്ഞിടാം
നീയാം മഴയിൽ നനഞ്ഞീറൻ ചൂടാൻ
ഇനിയുമേറെ ജന്മം കാത്തിരിക്കാം ഞാൻ
നിലാവിന്റെ തീരത്ത് പുതുവസന്തവുമായ്
ഇനിയുമേറെ ജന്മം

ജാസ്മിൻ ജെ.

മുറിഞ്ഞ ഹൃദയം

നിന്നോടുള്ള ഇഷ്ടം വർണ്ണിക്കുവാൻ
വാക്കുകൾ കിട്ടാതെ വെട്ടിത്തിരുത്തിയും,
കുത്തിവരച്ചുമെഴുതിയ പ്രണയലേഖനം
തട്ടിൻപുറത്തെ തകരപ്പെട്ടിയിൽ
പുസ്തകത്താളുകൾക്കിടയിൽ
ഇന്നും നിന്നോടുള്ള ഇഷ്ടം വിളിച്ചോതുന്നു!

ഓർമ്മച്ചെപ്പുതുറന്നപ്പോളൊരു
നേർത്ത ഗദ്ഗദം കണ്ഠത്തിൽ കുരുങ്ങിയോ?
അറിയാതെ മിഴികൾ നിറഞ്ഞുവോ?
ഒരു നെടുവീർപ്പിനാൽ നിന്നു ഞാൻ
നിരാലംബനായി
അനർത്ഥമായ സ്വപ്നങ്ങൾ
അഗ്നിയിൽ സ്ഫുരിക്കും ലോഹം കണക്കെ
മനസ്സിനെ ചുട്ടുപൊള്ളിക്കുന്നു!

ചേതനയറ്റ നിൻ ദേഹത്തിൻ
മുന്നിൽ നിന്ന നേരത്തും
ഒരു വാക്ക് മൊഴിയുവാൻ കഴിയാതെ
നിന്നവന്റെ ഇഷ്ടം
ഇന്നും തീരാനഷ്ടമായ് സഖി
പറയാതെപോയ പ്രണയം
തകരപ്പെട്ടിയിലെ തുരുമ്പുപോലെ.

കരളിൽ തൊട്ടുവിളിച്ചൊരാൾ

ശെൽവറാണി വേണു

കനവ് മൂടിയൊരു കവിതയാകവേ
കിനാവിന്റെ കൈപിടിച്ചെത്തിയൊരാൾ
കൂടെയുണ്ടെന്ന വാക്കേറെയുരുവിട്ടു
കൂടെ നടന്നതിത്തിരി നേരം
കൂരിരുൾ തന്നു മാഞ്ഞുപോയി
പിന്നെ, കൂട്ടില്ലാതെ ഞാനേകയായി
കരളിൽ തൊട്ടു വിളിച്ചതൊക്കെ-
പ്പിന്നെ കദനം മാത്രമായി തീർന്നു
കൊളുത്തിയ കിനാവൊക്കെ കട്ടെടുത്ത കാലവും
കണ്ണുനീർ കൊരുത്തെടുത്ത മാല്യവും
കവിളു നനച്ചൊരോർമ്മപ്പെയ്ത്തിലലിയവെ
കാറ്റൂതി കൊടുത്തിയ കൽവിളക്കിലെ തിരിയായ്
കാതമൊട്ടും താണ്ടാത്ത കാർമേഘശോകമായ്
കവരുന്ന കൗമുദി ദർശമായെന്നെ
കരൾ തൊട്ട കമ്രനവൻ കൈപിടിക്കാനെത്തിയില്ല
കാത്തിരിപ്പിൻ കാലമില്ലിലകൊഴിയാനിനി
കൂട്ടിരിക്കുന്നെന്നക്ഷരങ്ങൾ
കരൾ തൊട്ടൊരാളിന്നോർമ്മയ്ക്ക്
കൂട്ടിയിണക്കും കവിതയ്ക്കു കാവലായി

ബിന്ദു സുതൻ

പ്രണയസഞ്ചാരങ്ങളിലെ നീയും ഞാനും

പുലരിയിൽ കുളിർത്തെന്നലായ് ഞാൻ വരുമ്പോൾ
കുളിരോലുന്നൊരു വെൺപിറാവായ്
നീയെൻ ചാരേ കനിവാർന്ന വർഷംപോൽ
നീയെന്നിൽ പെയ്തിറങ്ങുമ്പോൾ
പീലിവിടർത്തിയാടുന്നൊരു മയിലായ് ഞാനും
മനസ്സിലെ മൺകുടിനുള്ളിൽ പൊൻവീണയാൽ
നീയൊരു ഗാനം മൂളുമ്പോൾ ഒരു കുളിർ താരാട്ടായ്
ഹൃദയതന്ത്രികൾ മീട്ടും ഞാൻ
ഈണവും താളവും തെറ്റാതെ സ്നേഹശ്രുതിഭംഗം
വരാതെ ഇരുഹൃദയത്തിലുമൊരുപോൽ
പെയ്തിറങ്ങും പ്രണയാമൃതം.
സ്വരശുദ്ധ മധുരിമയോലും
സർഗ്ഗസംഗീതമാണീ ജീവിതം
പ്രണയത്തുടിപ്പുകൾ ആനന്ദലഹരിയായ് മാറവേ
പ്രണയച്ചൂടുനിശ്വാസം വായുവിൽ അലിഞ്ഞുചേരും.
നിലാവെളിച്ചമായ് നീ സഞ്ചരിച്ചിട്ടും വഴിയിൽ
എന്നിലെ പ്രണയഭാവങ്ങൾ മനോഹരരൂപങ്ങളാകും
പിണങ്ങിയാലതിലേറെ ഇണങ്ങാനായി
ഇരുമനവും തുടിക്കും
പ്രണയസഞ്ചാരങ്ങളിൽ നീയും ഞാനും
ദിവ്യപ്രകാശം പരത്തും.
പരസ്പരമൊന്നായ്, ജീവാമൃതമായി
ജീവചൈതന്യമായ് വിളങ്ങും

ഡാലിയ ജോസഫ്

പ്രണയകാവ്യം

പൊന്നുപൂക്കുന്ന
സായന്തനങ്ങളിൽ
പ്രണയമുല്ലകൾ
പൂവിടും നേരത്ത്
കനകമൈലാഞ്ചി
ചോപ്പിച്ച തുടുവിരൽ-
ത്തുമ്പിനാൽ
നിന്റെ വിരിമാറിലിന്നൊരു
പ്രണയകാവ്യമെഴുതാൻ
കൊതിക്കിലും
കഴിയുമോ,
ഇനി? കാലമൊരിത്തിരി
വൈകിയെന്നതും
ഓർക്കാം നമുക്കിനി!

ജെൻസി ജോയ്സൻ

നിന്നോടുള്ള പ്രണയം

നാളുകളേറെയായെൻ
ഹൃദയത്തിനെയേറെ
പ്രിയത്തോടുനിൻ ഹൃദയത്തി-
നുള്ളിലായ് കൊരുത്തിരിപ്പൂ!

ആഴത്തിലായ് വേരോടിയവ-
യെത്രയോ തീവ്രമായ് ചേർന്നുനിൽപ്പൂ!

പിരിച്ചെടുക്കാനാവാത്തവണ്ണ-
മതിൻ ശാഖകളെല്ലാമൊന്നൊന്നായ്
കെട്ടുപിണഞ്ഞുകിടപ്പതി-
മോഹനമായ്!

നാമെന്നും ഒന്നെന്നു
ചൊല്ലിയേറെ സ്നേഹത്തോടെ
ഒരേതാളമോടെ മിടിപ്പൂ-
യിരു ഹൃദയങ്ങളും!

പ്രണയമാണിത്!
അതിതീവ്രമായ പ്രണയം!
നിന്നിലായെന്നുമെന്നെയ-
ടക്കംചെയ്യുന്ന പ്രണയം!

ഒരു കുഞ്ഞു സ്വപ്നം

ശ്രീലേഖ ബിന്ദുകുമാർ

പ്രണയമെന്നുള്ളൊരു കുഞ്ഞ്
സ്വപ്നത്തിൻ ബീജമെന്നിൽ പാകി
നീ അതിനെയെൻ പ്രാണന്റെ
കവചത്താൽ പൊതിഞ്ഞുപിടിച്ച
ഞാനെൻ ജീവശ്വാസത്തെയൂതി
ക്കൊടുത്തെന്റെയാത്മാവിൽ
മുളയ്ക്കുവാനനുവാദം നൽകി.
ആ സ്വപ്നം മുളച്ചൊരു തയ്യായി
മരമായെൻ ഹൃദയത്തിൻ ഭിത്തിയിൽ
വേരുകളാഴ്ത്തിനിന്നു.
ഒരു മാത്രപോലുമെൻ കരളിൽ
നിന്നകലാതെ നീയായിരം
കൈനീട്ടിയെന്നെപ്പുണർന്നിരുന്നു.
ആവില്ല പിഴുതു മാറ്റാനെനിക്കി-
ന്നെൻ ഹൃദയവും കൂടെ പിഴുതുപോരും.

ചെമ്പരത്തി

ഷീജ ശിവദാസ് മീനങ്ങാടി

എന്റെചിന്തകളിലൊക്കെയും ഭ്രാന്തായി
പ്പൂത്തത് നിന്റെയോർമ്മകളായിരുന്നു.
ഇടനെഞ്ചിലെ തുടിതാളങ്ങളൊക്കെയും
പെരുമ്പറയായി മുഴങ്ങിയത്
നിന്റെ നിശ്വാസ താളങ്ങളിലായിരുന്നു.
ആകാശ വിതാനങ്ങളിൽ നിന്നു
വീണടർന്നമഴത്തുള്ളികൾക്കോരോന്നിനും
നിന്റെ മുഖമായിരുന്നു.
കുളിരു പെയ്തുതോർന്നോരീ വർഷമൊക്കെയും
ചേരാൻ കൊതിച്ചത് നീയെന്ന
കടലിലേക്കായിരുന്നു...
നീയെന്ന ബിംബത്തിലേക്കാവാഹിക്കാനായിരുന്നു
ഞാനെന്നയാത്മാവ് മോഹിച്ചതേറെയും
നിന്റെ പ്രതിബിംബമാകുവാനായിരുന്നു
ഒരു കാറ്റിലുമുലയാതെ, ഒരു മഴയിലുമലിയാതെ
ഒരു നോവിലുമിടറാതെ, ഒരേകിനാവള്ളിയിലൊരേ
പൂക്കളായി വിരിയാൻ
ഇനിയെത്ര ജന്മം ഞാനീമൗന വാല്മീകത്തിലുറങ്ങണം
ഇനിയുമെത്രകാലം അഹല്യയായ് ശാപശിലപേറണം
ഹൃദയച്ചുവപ്പിൻ നോവ് പേറിയിനിയുമെത്ര
കണ്ണീർക്കടൽ താണ്ടണം
ഇനിയുമെത്രെ സങ്കടത്തിര ഞാനെണ്ണണം
ഭ്രാന്തിയെന്ന് മുദ്ര കുത്തിയിനിയുമെത്ര ജന്മം
ചെമ്പരത്തിയായ് ഞാൻ കാത്തിരിക്കണം
ഇനിയുമെത്ര ജന്മം... ഇനിയുമെത്രയെത്ര ജന്മം...

രജി ചന്ദ്രശേഖർ

ഭൗമതാപങ്ങൾ

വേളിക്കു വേണം 'റിഹേഴ്സലെ'ന്നെൻ
തോളത്തു തട്ടി നീ പണ്ടു ചൊല്ലി.

പടിവാതിൽ പാളികൾ നീക്കിയുള്ളിൽ
ഇടംകാലു വച്ചു നീ കേറി നിന്നു
പതിയെപ്പുണർന്നാകെ മൂടിയെന്നെ
മതികെട്ടു ഞാനും മദിച്ചു തുള്ളി.

പുടവയായ് പൊൻവെയിൽ തന്നെ നീട്ടി,
മുടിയിലോ വെൺമുകിൽ പൂവു ചൂടി,
ചരടൊരു തെന്നലിൻ നേർത്ത നാരാൽ
ചിരിമണിച്ചേലൊത്തു ചേർത്തു കെട്ടി.
ഒരു തരി സിന്ദൂര സാന്ധ്യ വർണ്ണ-
പ്പരൽ കൊണ്ടു സീമന്തരേഖ മൂടി.

കനവിന്റെ തേൻകനിയുണ്ടുറങ്ങാ-
നനുനയിച്ചെന്നെ നീ തൊട്ടുണർത്തി.
മിഴിയടച്ചിരുളിൻ വയലൊരുക്കി
ഉഴവുചാലിൽ നുകച്ചൂടൊഴുക്കീ

അടരാടി കോശാണു രാഗവായ്പി-
ന്നടരുകളായിത്തുടിച്ചു നീന്തി.
വിയർപ്പുപ്പിലുള്ളിൻ കടൽത്തിളക്കം
ഉയിർപ്പൂവിലുന്മദത്തേൻവഴക്കം.

കനിവിയന്നാത്മാനുതാപമോടെ
പനിമതിപ്പാലിൻ തണുപ്പു ഋവി
'ഇനിയെന്നു നമ്മുടെ വേളി ?'-യെന്നെൻ
കുനുചില്ലി മെല്ലെ വളച്ചിടുമ്പോൾ

തളരുന്നു; ഭ്രമിതന്നുൾക്കരുത്തിൽ
പുളയുന്ന പൗരുഷ സൂര്യതാപം
'എരിയു,മീ വേനലി', ലെന്നു രാവിൻ
കരിവെട്ടമായ് നീ പൊലിഞ്ഞിടുന്നു

വെയിലെത്ര മഴയെത്ര വന്നു പോയി
കുയിലുകൾ പാടിപ്പറന്നു പോയി
കയറും മലമുടിച്ചില്ലടഞ്ഞൂ
വയലും വിഷക്കറപ്പേക്കളമായ്.

ഇവിടെയിത്താരാപഥത്തിരക്കിൽ
കവിയുന്ന ചോപ്പിൻ തെരുവരങ്ങിൽ
ഇടവേള തോറും ഞാൻ കാത്തിരിപ്പാ-
ണടയോനെ, മൃത്യു റിഹേഴ്സലാടാൻ.

കരുമം എം. നീലകണ്ഠൻ

പ്രണയസന്നിഭം

കാമിനീ നിൻ കടക്കൺനോട്ടങ്ങൾ
പ്രേമത്തിന്റെ കടലാഴങ്ങളിൽ
തീരത്തണയുവാനാവാത്തതാം
തരത്തിലെന്നെക്കുരുക്കിയല്ലോ!
തീക്ഷ്ണമാം കുളിരിൽ ചൂടേൽക്കുന്നു
തീവ്രമാമുഷ്ണത്തിൽ കുളിരുമേ
സ്മൃതിയിൽ നീയിളംകാറ്റാകുന്നു
നിദ്രയിൽ ഹൃദ്യമാം സ്വപ്നമല്ലോ!
മർത്ത്യജീവിതം ഹ്രസ്വമെന്നാലും
നിത്യസുന്ദരം നീയൊപ്പമെങ്കിൽ
പൂവാടികളിൽ ശലഭങ്ങളായ്
പാറിയെത്തിടാം മധു നുകരാൻ!
മാരിവില്ലിൻ ചാരുത കൺകളിൽ
പാരിജാതം നിന്നധരങ്ങളിൽ
മാറിലോ കുറുകുന്ന പ്രാവുകൾ
മേനിയിലാകെ മാലേയഗന്ധം!
പ്രേമോന്മാദത്തിൽ മുഴുകി നമ്മൾ
കാമകേളികളാടിട്ടും നേരം
കാലയവനികയ്ക്കുള്ളിൽ മെല്ലെ
ചോലപോലൊഴുകിമറഞ്ഞെങ്കിൽ!

പ്രണയകാവ്യം

കവടിയാർ ദാസ്

കണ്ടതില്ല നിന്നെ മാത്രം
കാത്തുസൂക്ഷിക്കാൻ
നിൻ കവിത മാത്രം
നിൻ വാക്കുകളിലൂടെ,
നിൻ വരികളിലൂടെ,
കത്തിജ്ജ്വലിച്ച പ്രണയകാവ്യം!
എൻ ഹൃദയത്തിൽ തറച്ചുകയറിയ
അമ്പുകളാൽ പ്രവഹിച്ച
രക്തപ്പുഴയിൽ ഒരായിരം
മലരുകൾ വിടർന്നത്
നീ അറിഞ്ഞില്ലാ!
ആ മലർ ഇതളുകളിൽ നിന്നും
ഇറ്റിറ്റു വീണൊരു
പനിനീർമുത്തുമണികൾ
പാലാഴിയിൽ
കടഞ്ഞെടുത്ത അമൃതിനു തുല്യമായി
ഭവിച്ച എൻ നെഞ്ചിൽ
നീ ഒരു ദേവിയായി, ദേവതയായി,
ദേവലോക നർത്തകിയായി
നൃത്തമാടും നേരം!
തപസ് മുടങ്ങിപ്പോയ
ഒരു താപസനായി
നിന്റെ മുമ്പിൽ വരുമ്പോൾ
ഞാൻ അറിയാതെ മന്ത്രിച്ചു പോയി
നിൻ പ്രണയകാവ്യം!

പ്രണയാത്മാവ്

മുഹമ്മദ് റബീൻ കെ.

നീ പോയതിൽ പിന്നെ,
ഇവിടം ശൂന്യമാണ്.

നിറങ്ങളില്ലാതായി
പൂക്കൾ, വസന്തങ്ങൾ
നിന്നിലൂടെയകന്നുപോയി,
ഒന്നും ക്ഷയിച്ചിട്ടില്ല,
നിന്റെയോർമ്മയിൽ ഞാനെന്നും,
നിന്നെ സ്വപ്നം കണ്ടുണരുന്നു.

പിന്നെയും, നീയറിയാതെ,
അത്രമേൽ ആർദ്രമായി
ഞാൻ നിന്നെ സ്നേഹിക്കുന്നു.

നേർത്ത അധരങ്ങൾ
തണുപ്പ് തട്ടി, വരണ്ടുണങ്ങി.
നമ്മൾ കണ്ട നിലാവുകൾ
എന്നെന്നേക്കുമായി
നിശബ്ദത വെടിയുന്നു.

നീ പോയതിൽ പിന്നെ
ഇവിടെയെല്ലാം
നീയായ് മാറുകയാണ്.

മാറനല്ലൂർ സുധി

അനുരാഗമായി

കുളിരുപാകിയതനുവിലൂടെ
പ്രണയഭാവതരംഗമായ്
തേൻകണങ്ങളിറ്റിടെ
പുല്കിപ്പുണർന്നനുരാഗമായ്
പുതച്ചനൊമ്പരക്കുനയിൽ
പുതിയതംബുരുനാദമായ്
തനുവിലാകെനിറയവെ
തിരിതെളിക്കുമപ്സരെ
താരചിമ്മിനിലാവിലുമ്മനിറക്കവേ
നിൻതനുവിലുമ്മകൊണ്ടുപുതയ്ക്കുവാൻ
നിൽക്കയാണു വാർമഴവില്ലുമായ്
വിടർന്നവികാരവിതുമ്പലിൽ
തിളച്ചുണർന്നതനുവുമായ്

പുനർജന്മം

ദേവി നായർ

നിനക്കുവേണ്ടി വീണ്ടുമെനിക്ക്
പുനർജനിക്കണം...
നിനക്കന്യമായ മറവികളുടെ
ഓർമ്മകൾ ഓർമ്മപ്പെടുത്തണം,
നമ്മൾ സ്വയമറിയണം
പോയ ജന്മത്തിൽ പ്രണയവല്ലികൾ
ആയിരുന്നുവെന്ന്,
കഴിഞ്ഞ ജന്മത്തിൽ നടന്നുനീങ്ങിയ
വഴികളിലൂടെയൊക്കെ നിന്റെയൊപ്പം
നടക്കണമെനിക്ക്,
നമ്മുടെ പ്രണയത്തെ തച്ചുടച്ചവർ ഒന്നായി
തീർന്നവരെക്കണ്ട് അസൂയപ്പെടണം
നിന്റെ തൂലികയിൽ വിടർന്നിട്ടുള്ള
അക്ഷരങ്ങൾ ചൊല്ലിപ്പഠിക്കണം
ആ ഒറ്റമുറിയിൽ നിന്റെ പാദമുദ്രകൾക്കായി
കാതോർത്ത് കിടക്കണം.
നിന്റെ ചുംബനത്തിൻ രസച്ചരടിൽ
മതിമറന്ന് നിൽക്കണം
നിനക്കുവേണ്ടി വീണ്ടും പുനർജനിച്ചതാണെന്ന്
എനിക്കീ ഭൂമിയോട് വിളിച്ചു പറയണം
അത്രമേൽ നീയെന്നിൽ പൂത്തുലഞ്ഞു പെയ്യണം
മറ്റൊരാൾക്കും ആസ്വാദിക്കാനാവാത്ത
പ്രണയമഴയിൽ അലിഞ്ഞു ചേരണമെനിക്ക്
ഏഴേഴ ജന്മങ്ങൾ നിന്നെ മാത്രം മോഹിച്ച്
വീണ്ടും പുനർജനിക്കണം

ജെ.ആർ. ലക്ഷ്മി

പ്രണയത്തിന്റെ പര്യായങ്ങൾ

നീയെനിക്ക് അളവറ്റ സ്നേഹത്തിന്റെ
അമൃത് പകരുമ്പോഴാണ് ആകാശം
പ്രണയത്തിന്റെ പര്യായമാകുന്നത്..

ഇടനെഞ്ചിൽ പുകഞ്ഞു കത്തുന്ന
സങ്കടങ്ങളുടെ എരിതീയിലേക്ക്
നീ സാന്ത്വനമായി പെയ്യുമ്പോഴാണ്
മഴയുമെനിക്ക് പ്രണയത്തിന്റെ
പര്യായമായി മാറുന്നത്.

അണഞ്ഞുപോയ പ്രതീക്ഷകളുടെ
വിളക്കുമായി ഞാൻ പകച്ചു നിൽക്കുമ്പോൾ,
എനിക്കു മുന്നിൽ ആത്മവിശ്വാസത്തിന്റെ
സൂര്യനായി തെളിയുന്ന നിന്റെ പുഞ്ചിരിയുടെ
വെട്ടവും പ്രണയത്തിന്റെ പര്യായം തന്നെ.

പ്രതിസന്ധികളുടെ പാരാവാരത്തിരമാലകളിൽ
നിന്നുമെന്നെ നീ വലിച്ചുയർത്തി മാറോടടക്കി
പിടിക്കുമ്പോൾ ആ കരങ്ങളിലെ സുരക്ഷിതത്ത്വ-
ത്തിന്റെ ചൂട് പ്രണയത്തിന്റെ പര്യായമാണ്.

എന്നാൽ, നിർവചനങ്ങൾക്കുമതീതനായി
എന്നിൽ നിലകൊള്ളുന്ന എന്റെ പ്രണയമേ.
നിനക്ക് പര്യായങ്ങളില്ല...
നിനക്കപ്പുറം മറ്റൊന്നില്ല...!

പറയാൻ മറന്നത്

പ്രദീഷ് അരുവിക്കര

പറയാൻ മറന്നൊരു
കഥയിൽ നീ പണ്ടേ
പ്രണയച്ചിറകുള്ള ശലഭമായ്
എഴുതാൻ മറന്നൊരു
കവിതയിൽ നീ എന്റെ ഹൃദയം
നിറഞ്ഞ മൊഴികളായ്
എന്നിൽ നീയാർദ്രമായ്
നട്ടു നനച്ചൊരു
മഞ്ഞിൻ നിറമുള്ള പൂവുണ്ട്
ആരും കാണാ പൂവുണ്ട്...

പുഴയിൽ കുഞ്ഞോടം തുഴഞ്ഞു നമ്മൾ
മഴയിൽ കൈതോലക്കുട പിടിച്ച
എത്തിപ്പിടിച്ചൊരു ഞാലിപ്പൂവിൽ
മുത്തിക്കുടിച്ച തേൻതുള്ളികൾ
അലിവോടെ ഞാൻ നിന്റെ
കവിൾപ്പൂ തൊട്ടപ്പോൾ അരുതെന്ന്
ചൊല്ലി നീ പിണങ്ങിയില്ലേ...

കനവിൽ നിന്നോർമ്മകൾ
തുളുമ്പി നിന്നൂ കടവിൽ ഞാനേകനായി
കാത്തു നിന്നൂ ചിത്രശലഭങ്ങൾ പോലെ
നമ്മൾ തൊട്ടു തൊട്ടു പറന്നതല്ലേ
വരുമോ ഇനിയൊരു വസന്തകാലം
അരികത്തു വന്നു നീ ചിരിച്ച കാലം

രമ്യാകൃഷ്ണൻ

കണ്ണന്

തിരികെയെത്താതെ പോയ സ്വപ്നമേ,
നിന്നെത്തിരഞ്ഞു നിൽക്കയാണെന്റെ
സ്മൃതിമണ്ഡപത്തിൽ...
നിന്നിലൂടാണെന്റെ ശേഷിച്ച യാത്രയും
എന്നെപ്പിരിഞ്ഞു പോയെങ്കിലും സഖേ,
ഇന്നലെയോളമെൻ കണ്ണിലെയീറന്നുറവയായ്
വറ്റാതെ നീര് പകർന്നതും
ഇന്നീയിരുളുന്ന കദനങ്ങളിലാർദ്രമായി
വെളിച്ചം വിതറി പടർന്നു നിറയുന്നതും,
നീറായി ആത്മാവിനാഴങ്ങളിൽ നെടുവീർപ്പ്
തീർക്കുമ്പോഴും,
നീറിയൊടുങ്ങാതെന്റെ വഴിയിലെ
ഓർമ്മച്ചിരാതിലെ തിരിനാളമായതും;
ഒരുമാത്ര നീയെന്നൊരോർമ്മമാത്രം
നിൽക്കയാണിന്നു ഞാൻ സ്മൃതിമണ്ഡപത്തിൽ
ഒരു മാത്ര നീയെന്നണയത്തണയുന്നതും കാത്ത്,
ഒരു മാത്ര നീയെന്നണയത്തണയുന്നതും കാത്ത്.

പത്മരാഗം

ഗീതാലക്ഷ്മി ഹരിപ്പാട്

തങ്കരേണുക്കൾ തഴുകുമാ താമരത്താരിൻ
താരിളം പുഞ്ചിരിക്കെന്തഴക്
താരമ്പൻ വന്നു തന്നുവിലൊന്നു തഴുകിയോ
താരണി മലരേതാർമകൾക്കു നീ തല്പമൊരുക്കി

നീലാരവിന്ദമേ നിൻ ഇതളുകളിൽ
നിറക്കൂട്ടു ചാർത്തിയതാര്
നീർച്ചോലകളിൽ നീരാടി നിൽക്കുമഴകേ
നിനക്കാരു തന്നു ഇത്ര ചന്തം

മധുവൂറും നിൻ മന്ദഹാസം പകർന്നതാര്
മണമിയലും മലരേ നിൻ ഓമൽകാന്തി
കവർന്നതാര്
ഉഷസ്സിൽ വിടർന്നൊരാ നീരജമലരേ നിന്നെ
ഉഷപൂജയ്ക്കായ് ഒരുക്കിയതാര്

പത്മരാഗ പ്രഭതൂകി വിടരും വാരിജ മലരേ
നിൻ പ്രണയപരാഗം പകർന്നതാര്
അനഘേ നീഅഴകിൻ കേസരമല്ലോ
അമലേ നിന്നാത്മദളങ്ങൾ അർച്ചനാ പുഷ്പങ്ങൾ

നീയൊരു പൂജാമലരോ ദേവാംഗനയോ?
വിമലേ വിലോലമാം നിന്നഴക് വിഭുവിൻ
വിരചിതമോ?

ഇന്ദു എസ്.

എന്റെ പ്രണയം

അറിയാതെ മൊട്ടിട്ട അരിമുല്ലപ്പൂവിന്റെ
അരുമയാം പൂക്കാലം പ്രണയം.

അകതാരിൽ നിറയുന്ന തീഷ്ണസുഗന്ധ-
ത്തിൻ ആരോമൽ ചേലാണ് പ്രണയം.

നിദ്രയിലാണ്ടൊരു മനസ്സിൻ നെറുകയിൽ
തൊട്ടുവിക്കും ചന്ദനം പ്രണയം.

കാണാത്ത കുയിലിന്റെ കേൾക്കാത്ത
പാട്ടുപോൽ ശ്രുതി മധുരമാണെന്റെ പ്രണയം.

പുലർക്കാറ്റുപുണരവേയുണരുന്ന കിളിയുടെ
പൂഞ്ചിറകടിയൊച്ചയീ പ്രണയം.

മുക്കുറ്റിപ്പെണ്ണിന്റെ കവിളത്തുവിരിയുന്ന
നുണക്കുഴിച്ചേലാണ പ്രണയം.

മാറത്തൊരുതുള്ളിയിറ്റവേ കുമ്പുന്ന
മണ്ണിന്റെ മോഹമോ പ്രണയം.

സ്വപ്നങ്ങൾ നിറം ചാർത്തി മാനത്തു
വിരിയുന്ന മഴവില്ലിൻ ശോഭയൊ പ്രണയം.

ആ വർണ്ണാഭ ചോരാതെ ചാലിച്ച ചേർത്തൊരു
കവിതയുമാണെന്റെ പ്രണയം.

പ്രേമം പ്രേമം പ്രേമം

സുന്ദരം പ്രഭാകരൻ

ഏവർക്കും എപ്പോഴും എന്തിനോടും പ്രേമം
സർവ്വചരാചര പ്രേമം ഈശ്വര പ്രേമം
സഹജീവിപ്രേമം സാഹോദര്യ പ്രേമം
പ്രേമം പ്രേമം സ്നേഹ പ്രേമം
അത്മാർഥ പ്രേമം കാപട്യ പ്രേമം
കാര്യസാധ്യ പ്രേമം
പ്രേമമതെന്നാൽ പരിപാവനമല്ലോ
പരിപാപനപ്രേമം ശാശ്വതപ്രേമമതാണല്ലോ
നാം ഇന്നു കാണും പ്രേമമോ
വഞ്ചനനിറഞ്ഞ, കാര്യസാധ്യ പ്രേമം
സ്നേഹപ്രകടനത്തോട്
പങ്കാളിയെ കൊലചെയ്യുന്ന പ്രേമം
മയക്കമരുന്ന്, മദ്യം എന്നിവയാൽ ജീവിതം
കൊലചെയ്യുന്നൊരുപ്രേമം
മാതാപിതാക്കളെ, ഗുരുക്കന്മാരെ,
സഹജീവികളെ കരുതാത്തൊരുപ്രേമം
അതല്ലോ ഈ കാലഘട്ടത്തിൻ പ്രേമം
മാറ്റുകനാം, മാറ്റുകനാം ഈ രീതിയെ
പ്രേമിക്കാം നമ്മൾക്ക്
ഏതിനേയും, എന്തിനേയും
സഹജീവികളേയും നല്ലൊരു നാളേക്കായി
പ്രേമിക്കുക നാം
പ്രേമം പ്രേമം പ്രേമം

സൗമ്യ രഞ്ജിത്ത്

കവിയും കവിതയും

ഇന്നലെ ചേർന്നിരുന്ന
രണ്ടിണകൾ നമ്മൾ..
ഇന്നിന്റെ കവിതകളായ്
മാറിയോർ,
എന്നോ കവിതകളായ്
മാറേണ്ടവർ നമ്മൾ,
മൽപ്രാണരാം
സതീർത്ഥ്യർ..
ഒരൊറ്റയുടലും മനവുമായോർ
നമ്മളൊരുനാൾ
ഇരുവഴിയേ പിരിയേണ്ടുന്നോർ..
എങ്കിലും പ്രണയമേ..
നിന്നെ... ഞാനെന്റെ
ഹൃദയത്തിൽ നിറച്ച്
വരികളാൽ കുറിച്ച്
ആത്മാവിനോട് ചേർത്തുവച്ചിടട്ടെ..
വരും ജൻമമെല്ലാം
നീയെന്റേതു മാത്രമായ്
പുനർജനിച്ചീടുവാൻ..!

ദിവ്യ പി.ജെ.

ഒരു ദളം

നിന്നിലൊരു നറുപുഷ്പമായി വിടരാൻ
കൊതിച്ചൊരു പനിനീർ പൂവല്ലയോ
മനസ്സിന്റെ നീറ്റലുകളുള്ളാലൊതുക്കി
ഒരുദളം മാത്രമായി വിടർന്നു
നിന്നിലെ മോഹരാഗങ്ങളൊക്കെയും
ഒരു മഴനീർത്തുള്ളിയായിയെന്നിൽ
പെയിതിറങ്ങിയതും

നിൻ ഇതളുകൾക്കുള്ളിൽ
വിതുമ്പിനിൽക്കുന്നൊരു
പനിനീർക്കണമായ് മാറിയതും.
പിന്നെന്നോ നീ വിമുഖതയോടെ
അടർത്തിയൊരു വിരഹദളമായി
കൊഴിഞ്ഞടർന്നതും
എന്നാത്മാവിലെ പനിനീർക്കണവും
കണ്ണുനീർതുള്ളിയായി അടർന്നു വീണു.

അറിയാതെയെൻ നിഴലാഴങ്ങളിൽ
ആളിപടരുന്ന ചിന്തകളായി
കാലമേ നീയെന്നിൽ തീർക്കുന്നയീ
മായാത്രൂപമെന്തേ?
ഒരുദളം മാത്രമായടർന്നുവീണൊരു
വെറും പനിനീർപ്പൂവായി ഞാനും
വിദൂരമേ നീയെന്നെ മറവിയിൽ മായിച്ചതോ
കാലമേ നിന്റെ കെട്ടതിയിൽ
ആണ്ടുപോയതോ ഞാൻ

ഹൃദയം അകലെ

പ്രജീഷ് ശ്രീധർ

അഴക് വിരിയും കണ്ണുകളോടെ
തെളിഞ്ഞു നിൽക്കണെ മുഖശോഭയിൽ

മറന്നിടാതെ ഓർമ്മയിൽ സൂക്ഷിച്ച
ഉദിച്ച നിന്നൊരു നിൻ സ്നേഹഭാവം

ചിറകൊടിഞ്ഞ കിനാവുകൾ പോലത്
വഴുതി മാറി മോഹങ്ങൾക്കപ്പുറം

ഇഴപിരിയാത്ത പ്രണയ ഭാവം
മറന്നുപോയത് എന്തിനു വെറുതെ നീ

നടന്നു നീങ്ങിയ വഴികൾ തോറും
കോർത്തുവച്ച കൈകൾ നമ്മൾ

തളർന്നുപോകും നേരം തമ്മിൽ
തണൽ വിരിഞ്ഞൊരു ആത്മബന്ധം

മനം നിറഞ്ഞു ഹൃദയമൊന്നായി
മടുപ്പ് തോന്നാതെ തമ്മിലൊന്നായി

പകൽ വെളിച്ചം പോലെയാ സത്യം
മുന്നിലായി നിന്നിടുമ്പോൾ

നടന്നു നീങ്ങി നീ വീണ്ടും തനിയേ
അകന്നു മാറി നിൻ ഹൃദയമകലേ

പറിച്ചെടുത്തൊരെൻ ഹൃദയമെവിടെ
തിരിച്ചു നൽകാതെ പോയതെവിടെ നീ

മനസ്സ് നൊന്തു തളർന്ന ദേഹവും
ചിരിക്കുവാനിന്നു മറന്നു ഞാനും.

ആത്മാവിലെഴുതിയ ഉടമ്പടി

ഷിന്റാ ബൈജു അഗത

ഈ യാത്രയും പഴങ്കഥയായി
മാഞ്ഞു പോകും
ഇടവഴികൾ കാടുകയറും
ഞാൻ ഒറ്റയാകും, നീ ഒറ്റയാകും

നമ്മുടെ പ്രണയം ശ്വാസം കിട്ടാതെ
പിടഞ്ഞു മരിക്കുമെങ്കിൽ
ഓർമ്മകൾ നിത്യ വസന്തമായി
നിന്നിലും എന്നിലും പടർന്നു കയറട്ടെ

നിനക്കുവേണ്ടി എന്റെ കൈകൾ
ഇനിയും കവിത കുറിക്കാതിരിക്കട്ടെ
എന്നുരുവിടുന്ന മാത്രയിൽ തന്നെ
നിനക്കായല്ലാതെ എന്റെ തൂലിക
ചലിക്കപ്പെടുന്നില്ല

പരസ്പരം തള്ളി പറയുമ്പോഴും
എന്റേതെന്ന് വായിക്കപ്പെടാൻ
ചിലതെല്ലാം എന്തെ നാം
ബാക്കിയാക്കുന്നു

മറന്നുപോവാത്ത ഒരു പാട്ട്
എന്റെ ചുണ്ടിൽ വീണ്ടും
താളം പിടിക്കുന്നു
ആത്മാവിലെഴുതിയ ഉടമ്പടി
എങ്ങനെ മാഞ്ഞു പോകും

അജിതമധു

പ്രണയം

നിൻനീലമിഴികളിൻ ആഴങ്ങളിൽ
കണ്ടു ഞാൻ പ്രിയേ നിൻ പ്രണയം

നീലനിലാവിന്നെഴുതിയ നിഴൽച്ചിത്രം
പ്രണയാഭമാക്കിയോ നിൻ വദനം

നീലക്കുറിഞ്ഞികൾ പൂത്തരാവിൽ
പെണ്ണേ നീ മൂളിയ രാഗമേത്

നിനക്കായ് പാടാം ഞാൻ പ്രേമസ്വരങ്ങൾ
അതിനനുപല്ലവി പാടുമോ നീ

നിൻകര പല്ലവമേറ്റെന്റെ മാനസ
വീണതൻ തന്ത്രിയുണർന്നുവല്ലോ

നിനക്കായ് മൂളിയ പ്രേമ സ്വരത്തിന്റെ
പല്ലവിയായത് മാറിയല്ലോ

വേനലിൽ പെയ്തൊരു കുളിർമഴ പോലെ
സാന്ത്വനമാണല്ലോ നിൻ പ്രണയം

ഹൃദയത്തുടിപ്പിന്റെ ഈണവും താളവും
നീതന്നെയാണെന്നുമെന്റെ പെണ്ണേ.

സ്റ്റെല്ല മാത്യു

അവൻ വരുമ്പോൾ

ഇങ്ങിരിപ്പുണ്ട്, കാലങ്ങളായി കൽപ്പടവിൽ
വെള്ളമിളക്കത്തിൽ കാൽ നനയ്ക്കുവാനായി.
ഇരുള് ചുമടെടുക്കുന്ന ഓളപ്പരപ്പിലാണെന്റെ ഒഴുക്ക്
കാലൊച്ചകളണയും മുമ്പെ മിഴി ഉത്സവനിറവായി
മണ്ണ് കോരിത്തരിച്ച് സ്വയം മറന്ന് ഉറവയായി
ഒരിമ്പം ചോടോടെ അരിച്ചുകയറുന്നു.
ഒരുണർവിൻ ചുറ്റും ഖനിയുടെ തണുപ്പ്.
വരുന്നു വരുന്നുവെന്നിതാ ചെവിടോരം മന്ത്രിക്കുന്നു
വരട്ടെ അടുത്തെത്തട്ടെ ചോദിക്കാം ഒരു മഴയെ
മടങ്ങിയിരിപ്പൂ ഒതുക്കംപോലെ
മിഴികളെന്നിൽ പതിയാതിരിക്കുമോ?
തെളിവെട്ടം തിരശ്ശീല മാറുന്നു
ഉടലാകെ കുളിർപ്പുല്ല് ത്തുടുക്കുന്നു.
മഴയാണ്, പെരുമഴയാണ്
കൽപ്പടവും കയറി കുളമെത്തുന്നു.
ഒരൊറ്റ അലയിൽ അതെന്നെ മൂടുന്നു.
എന്നിൽ കുതിച്ചിറങ്ങും
മഴയെ പുതച്ച് ഇമയെ ശ്വസിച്ച്
ഇരമ്പലിന്റെ ഉൾക്കടൽ.
തീച്ചൂട് പകർന്ന്
എൻ ആശയെ അവനെഴുതുന്നു.
സുഗന്ധം തന്നിട്ട് ധൃതിയിൽ മടങ്ങുന്നു.
കാഴ്ചയുടെ ആ ഒരൊറ്റത്തുള്ളിയിൽ
ഞാൻ മുങ്ങുന്നു.

ജ്വാലയായ്

നസീമ മതിലകം

ശാന്തമാം തുരുത്തു തേടി തൻ
നിറഞ്ഞ മിഴിനീർ തുടച്ചുമാറ്റി;
അന്ധകാരമൊട്ടുമില്ലാത്ത
വ്യഥയില്ലാത്ത മർത്ത്യജീവിതം തേടി!

സ്നേഹകണിക തേടിയലയുകിൽ,
ശൂന്യമീ ലോകമെന്നു തോന്നീടുന്നു;
ശോകം പറഞ്ഞു കരഞ്ഞില്ലവളൊട്ടും
ജ്വാലയായെന്നുമണയാതെ നിന്നു!

കാലം പറഞ്ഞ കഥയവൾ കേട്ടില്ല
പെണ്ണെന്ന പേരിൽ കുനിഞ്ഞില്ല തലയൊട്ടും
കദനം പറയാൻ തുനിയാതവളെന്നും
കനലായ് തന്നെ ചുവന്നുനിന്നീടുന്നു!

വെളിച്ചം പകരും മെഴുകുതിരി പോലെ
ഉരുകിയൊലിച്ചവളാരുമറിയാതെ;
എന്നിരുന്നാലും കരയാൻ മടിച്ചവൾ
മങ്ങിയിരുന്നൊരാ ജീവൻ തെളിച്ചവൾ!

കുസുമകുമാരി

പ്രണയരാഗം

നമ്മൾ നടന്ന വഴികളിൽ പെയ്തിറങ്ങിയത്
നേരിന്റെ വെളിച്ചമായിരുന്നു!
നമ്മുടെ പ്രണയത്തിന്
ഇളം നീല നിറമായിരുന്നു!
ജീവിതത്താളുകളിലെങ്ങും
നമ്മുടെ സ്നേഹം പതിഞ്ഞിരുന്നു!
എന്റെ ഉള്ളുരുക്കങ്ങളിൽ കുളിർമഴയായത്
നിന്റെ കരളുറപ്പായിരുന്നു!
എന്റെ സ്വപ്നങ്ങൾക്കു മേൽ
കയ്യൊപ്പ് ചാർത്തിയത് നിന്റെ
ത്തുവൽസ്പർശമായിരുന്നു!
എന്നുമെന്റെ ചുണ്ടിലെ പ്രണയരാഗങ്ങൾ
നിന്റെ മൊഴിമുത്തുകളായിരുന്നു!
എന്റെ ഉടലറിവുകൾക്ക് കാവലായത്
നിന്റെ നെഞ്ചിന്റെ താളമായിരുന്നു!
സഹനത്തിന്റെ മുൾക്കിരീടമണിഞ്ഞ
പകലുകൾക്ക് അവധി നൽകി മൗനത്തിൻ
കൂടണയുമ്പോൾ അടർന്നു വീഴുന്ന
അശ്രുകണങ്ങൾ ബാക്കിയാകുന്നു!
പകൽപ്പൂവിനു മുത്തം നൽകി
രാത്രി ശലഭം പറന്നകലുമ്പോൾ
ശാശ്വതമല്ലൊന്നുമെന്ന
സത്യമോർത്തു പോകുന്നു!

ലത ശ്യാം

ഓർമ്മച്ചെപ്പ്

മിഴികളിൽ നിന്നുതിരും അശ്രുകണങ്ങൾ
മഴയായി മണ്ണിൽ മുത്തമിട്ടുമ്പോൾ
മൊഴികൾ മുറിഞ്ഞുടഞ്ഞു
ഒരുപാട് സ്വപ്നങ്ങൾ ഒന്നിച്ച് കണ്ടവർ
മൗനം ഭേദിച്ച് യാത്രപറയുമ്പോൾ
മനം കൊതിച്ചിരുന്നു പോകരുതെന്ന്
പറയാതെ ബാക്കി വെച്ച കഥകൾ
പകുത്തുനൽകുവാൻ കൊതിച്ച പ്രണയം
ഒന്നിച്ചു പങ്കിട്ടുവാനാവാതെ
ഓർമ്മചെപ്പിനുള്ളിൽ കനമേറിയൊരു
ഭാണ്ഡക്കെട്ടായി കാത്തുസൂക്ഷിപ്പൂ ഞാനിന്നും

സുരേഷ് സോമൻ

ചന്ദനച്ചേലുള്ള പെണ്ണ്

ചെമ്പക പൂമലർക്കൊമ്പിൽനിന്ന്
ചന്ദനച്ചേലുള്ളപെണ്ണൊരുത്തി.
ചാലിച്ചെഴുതിയഴകിനാലെ
ചാരത്തിരുന്നവൾകൊഞ്ചിയല്ലോ.

വശ്യമാം ചാരുതഭംഗിയാലെ
വർണ്ണനയ്ക്കായവളെന്നരികെ.
വിസ്തരിച്ചീടാൻവിവശനായി
വിസ്മയത്താലവൻനിന്നുവെല്ലോ.

കേരമാമൊറ്റത്തടികണക്കെ
കല്പാന്തരെയങ്ങ്നില്പതല്ലൊ
കാതിലായ് കിന്നാരം ചൊല്ലിയപ്പോൾ
കാലിൽ കൊലുസ് കിലുങ്ങും പോലെ.

എന്തൊരഴകാണെൻ കൺമണിക്ക്.
ഏറിടുന്നമ്പിളിചന്തംപൊലെ.
എത്രമേലൊന്നത് ചൊല്ലിയാലും
എന്നും മന്ദസ്മിതംതൂകി നിൽക്കും.

ഞാറ്റ് വയലേലപൂത്ത പേലെ
ഞാവൽപഴവും പഴുത്ത പോലെ.
ഞാറു നട്ടുന്നൊരാചേലു കണ്ട്.
ഞാനറിയാതങ്ങലിഞ്ഞു പോയി.

ഡോ. അജയ് നാരായണൻ

മൗനാക്ഷരങ്ങളേ

ഓർത്തുനിൽക്കുമ്പോൾ
ചാരെ നിൻ മുഖം കണ്ടു
കോരിത്തരിച്ചുപോയ്,
അന്തികേ നീയണഞ്ഞതെന്തിനു
സന്ധ്യയിൽ യക്ഷഗായികേ

അന്നു ഞാൻ നിന്റെ നെറ്റിയിൽ
ഹരിചന്ദനക്കുറി ചാർത്തവേ
ചുണ്ടിലൂറിയ പുഞ്ചിരി
നറുവെണ്ണിലാവായ് നിറഞ്ഞതും
ഓർമ്മയിൽ ചെറുപീലിയായി
ഞാൻ കാത്തുവച്ച പൊന്നോമനേ.

ഓർത്തുനിൽക്കുമാ വേളയിൽ
ചിന്തുപാടിയാടുന്ന വാക്കുകൾ
കാണവേ
നിർവൃതിപൂണ്ടു കാത്തിരുന്നു
നീ കാവ്യമായെന്നിൽ
കുതിരുവാൻ!

പ്രണയം

ശ്രീദേവി ഗോപാൽ

പ്രണയത്തിനു ശബ്ദമുണ്ടായിരുന്നു
ടൈപ്പ് റൈറ്ററിന്റെയും സൈക്കിൾ
ബെല്ലിന്റെയും ശബ്ദം.
പ്രണയത്തിനു നിറമുണ്ടായിരുന്നു
മഞ്ഞ ചെമ്പകത്തിന്റെയും
വെള്ള മന്ദാരത്തിന്റെയും നിറം.
പ്രണയത്തിനു രുചിയുണ്ടായിരുന്നു
നാരങ്ങാ മിഠായിയുടെയും കാരയ്ക്കയുടെയും
കപ്പലണ്ടി മിഠായിയുടെയും രുചി.
പ്രണയത്തിനു മണമുണ്ടായിരുന്നു
കാച്ചെണ്ണയുടെയും തുളസിക്ക-
തിരിന്റെയും മണം.
പ്രണയത്തിനു കാഴ്ചയുണ്ടായിരുന്നു
കിളിവാതിലിലെ അഴികളിലൂടെയും
ആറാട്ടുകൊമ്പനറിയാതെ
എറിഞ്ഞ കണ്ണേറിന്റെയും കാഴ്ച.
പ്രണയത്തിനു ഭാഷയുണ്ടായിരുന്നു
പുസ്തകത്തിലെ കീറിയ താളിലും ഓട്ടോ-
ഗ്രാഫിലെസ്കെച്ചുപേനയുടെയും ഭാഷ.
പ്രണയത്തിനു നോവുണ്ടായിരുന്നു
പ്രണയം സ്വപ്നമായിരുന്നു എന്ന്
തിരിച്ചറിഞ്ഞപ്പോഴേക്കും 'മറക്കില്ലൊരിക്കലും'
എന്ന് വായിച്ചപ്പോഴും ഉള്ള കണ്ണീരിന്റെ
നനവുള്ള നോവ്.

ജിസ്ന വളയം

വാകപൂത്ത വഴികളിലൂടെ

ഒടുവിൽ വാകപൂത്ത വഴികളിലൂടെ
കാറ്റിലലിഞ്ഞൊരു മൗന ബിന്ദുവായ്
കരിയിലകൾക്കിടയിൽ ഞാനിഴഞ്ഞ്
നീങ്ങും വൃഷ ശാഖികളിൽ കിളികളുടെ
പാട്ട് എന്റെ ബധിര കർണ്ണങ്ങളെ
സ്പർശിക്കാതെ കടന്നുപോവും
അവസാനത്തെ പകലൊടുങ്ങുന്നേരം
ആസക്തിയുടെ ചിതയിൽ നിന്നും
എന്റെ ഫീനിക്സുകൾ പറന്നുയരും
പ്രപഞ്ച ഗീതം കേട്ടുണരുന്ന
ഇണകളിലൊന്നിനെ ക്രൂരമെയ്ത്
വീഴ്ത്തിയ വേടനതാ വീണ്ടും
അമ്പ് തൊടുക്കുന്നു എന്റെ കവിതയിൽ
ചോര നിറയുന്നു

സൂര്യനും സൂര്യകാന്തിയും

ജെയ്ന ചക്കാമഠത്തിൽ

നിന്നെ കുറിച്ചോർക്കുമ്പോഴെല്ലാം ഭ്രാന്താണ്
പ്രണയം മതിമറന്നുല്ലസിച്ച ഭ്രാന്ത്
ഭ്രമമാണ് നിന്റെ ചുംബനങ്ങളോട്
കലഹിച്ചിടുമ്പോഴും തേൻകനിഞ്ഞിറങ്ങുന്ന
മൗന പ്രാർത്ഥന
ജന്മജന്മാന്തര ഇണകൾ നാം
നിന്നെ പിരിയുവതെങ്ങനെ
ആ ഇടംകൈവലയത്തിലെ
പൂമൊട്ടു ഞാൻ
ദീർഘനിശ്വാസങ്ങൾ നെടുവീർപ്പുകൾ
തേടുന്നു നിന്നെ രാക്കിളിപ്പാട്ടിൽ
ലയിക്കാൻ

ശിവപ്രിയ രതീഷ്

കാത്തിരിപ്പിനൊടുവിൽ

ഹൃദയവാതിൽ ചാരിടാതെ
കാത്തിരിക്കുന്നു പ്രിയ സഖി ഞാൻ.

ശിലയിൽ നിന്നുംകടഞ്ഞെടുത്ത
ശില്പമല്ലോ എന്നിൽ നീ.

മൗനരാഗത്തിൻ മറയിലൊളിക്കാതെ
പുഞ്ചിരിവിരിയുകില്ലേ ചൊടിയിൽ.

നിറമുള്ള കനവുകൾ എത്രനെയ്തു
അന്ന് നിശയും നിലാവും സാക്ഷിയല്ലേ.

പരിഭവഭാണ്ഡമഴിച്ചു വയ്ക്കു സഖി
ഹൃദയ കവാടത്തിനുള്ളിൽ വരൂ.

പറയാത്ത കനവുകൾ ഏറെയുണ്ട് നിന്നിൽ
പ്രണയാർദ്രമായ് പെയ്യാൻ മോഹമുണ്ട്.

അണയാത്ത പ്രണയത്തിൻ ശ്രീകോവിലെന്നും
പ്രിയതേ നിനക്കായ് തുറന്നിരിപ്പൂ.

ഇണപിരിയാതെ ഇനിയോരോ ജന്മവും
ഹൃദയത്തിനുള്ളിൽ കുടിയിരിക്കൂ.

കളിചിരി നിറഞ്ഞെയാ പാടവരമ്പിലൂടെ
ഇനിയും കനവുകളേറെ നെയ്യാം.

തീരാത്ത മോഹത്തിൻ പൂർണതതേടി നാം
പുനർജനമങ്ങളിൽ ഒന്നു ചേരാം.

നിഷാന അബ്ദുള്ള

നീ കൂടെ

നീ വിടരാൻ മടിച്ചെന്നു
കരുതിയിവിടെയൊരു വസന്തവും
പൂക്കാലം തീർക്കാതെ പോകയില്ല

ഒരുപുലരിയും ഉദിക്കാതെ,
ഒരുസായാഹ്നവും മായാതെ,
ഒരുമഴയും പെയ്യാതെ
പോകയില്ലെന്നാലും പ്രിയമേ

വാസന്തപ്പുലരിയും മൂവന്തിച്ചോപ്പും
ഒന്നിച്ചു നനയാനായ് കൊതിക്കും
മഴയഴകും

ഋതുക്കളും ദിനരാത്രങ്ങളു-
മെന്നുമൊരുമാത്രയെങ്കിലും
ഓർത്തുനിൽപ്പൂ

'നീ' കൂടെ വിടർന്നെങ്കിലീ പൂക്കാല-
മെന്തു ചേതോഹരമായേനെ
എത്ര മനോഹരമായേനെ.

ഡാർവിൻ മാത്യു

നീയും ഞാനും

നീ
എന്നിലേക്ക്
തുറന്നുവച്ചൊരു
ഒറ്റവരികവിത

ഞാൻ,
നിന്റെ വാക്കിന്റെ
ഓരം ചേർന്ന്
നിൽക്കുന്നൊരു
ആശ്ചര്യചിഹ്നം.

തീർത്ഥം

കാർത്തിക സുനിൽ

എന്നുള്ളിൽ നിറയുന്ന സ്വപ്നമേ,
നീയറിയാതെ പോകുന്നുവോയെൻ -
ഹൃദയത്തിൽ നിറഞ്ഞുനിൽക്കുന്ന,
പുതുമഴപോൽ പെയ്തിറങ്ങുന്ന പ്രണയം!
ദശവർഷങ്ങൾ കഴിഞ്ഞിട്ടുമെന്തേ,
അലിയുന്നില്ലയെന്നിൽ പ്രസാദിക്കുന്നില്ല.
അലയുന്നു പ്രിയേ നിൻ പ്രണയമെന്നെ
പൊതിയാൻ.
കാത്തിരിക്കുന്നു ഞാൻ ഇനിയുള്ള കാലവും!
കാവിൽ തൊഴുതു മടങ്ങുമ്പോൾ
നീ നീട്ടിയ, മഞ്ഞൾ പ്രസാദവും,
കട്ടം പായസവും.
തിരിഞ്ഞൊന്നു നോക്കിയുള്ള നടപ്പിലും
എന്നോടുള്ള പ്രണയം ഞാനറിഞ്ഞു!
ഇനിയെത്ര കാലങ്ങൾ കാത്തിരിക്കണം
ഞാൻ, ജീവനായ് നീ വന്നു ചേരുവാനായ്.
നിഹാരമുത്തുപോൽ അലിയുമോ നിൻ മാനസം,
ചങ്ങാലിപ്രാവായ് നെഞ്ചിൽ കുറുകീട്ടുമോ!
ഒരു പിൻവിളിക്കായ്
കാത്തു നിൽക്കുന്നെൻ മാനസം,
അറിയാതെ പോയതെന്തേ നീ.
സ്നേഹതീർത്ഥമായെനാത്മാവിൽ,
ദാഹം തീർക്കാൻ വരൂ ദേവി!

നിമിഷ കൃഷ്ണൻ

അനശ്വരമീ പ്രണയം

ഇരുളറയിൽ അടയ്ക്കപ്പെട്ട
ചുടുനിശ്വാസങ്ങളിൽ നിന്ന്
മൗനങ്ങൾ തീർത്തൊരീ
പ്രണയം.

നക്ഷത്രപ്പൊട്ടുകൾ നുള്ളി
മാല്യങ്ങൾ തീർത്ത നിത്യസത്യമീ
പ്രണയം.

പറയുവാനാകാത്ത
തള്ളിക്കളയുവാനാകാത്ത
നിഗൂഢത ഒളിപ്പിച്ചീ
പ്രണയം.

അകൽച്ചയിലും അതിരില്ലാ സ്നേഹം
വാരിവിതറി വാശിയോടെയീ
പ്രണയം.

സ്വന്തമാക്കപ്പെടാൻ വിധിയില്ല
സ്വയം മനസ്സിലാക്കിയീ
പ്രണയം.

അഗാധമാം തിരിച്ചറിവിൽ
പരസ്പരം ഉടലെടുത്ത അനശ്വരമീ
പ്രണയം.

കളിവഞ്ചി

ജ്യോതിശ്രീ ആർ.

കളിവഞ്ചി തുഴഞ്ഞ കാലത്തു
കണ്ണിലാകെയും കനവുകളായിരുന്നു.
കളിക്കൂട്ടുകാരന്റെ വികൃതികളിൽ
കരളുനിറച്ചുമൊരു ആരാധനയും.

കൗമാരത്തിന്റെ ചുവടുവയ്പിലും
കിന്നാരം ചെവിയിൽമൂളി, കിനാവിൻ
ചിറകേറി, മിന്നാമിനുങ്ങുപോൽ മിന്നി
കടലാസുതോണിയിൽ നാമിരുവരും.

വഞ്ചി രൂപവും ഭാവവും മാറിയപ്പോ
വ്യഥകളുടെ ഭാണ്ഡവുംപേറി
ജീവിതനദിഗതിമാറി ഊക്കോടെ ഒഴുകി.
കാറ്റുംകോളുമുള്ള റിതുക്കളിലെപ്പൊഴോ
നമ്മൾ അന്യരായ് തുഴയാനാവാതെ
ആടിയുലഞ്ഞു ഞാൻ അലയവേ
ഉള്ളാഴങ്ങളിലെ ഒഴുക്കിലെ ഒറ്റപ്പെട്ട
തുരുത്തിൽ നീ നില്പുണ്ടായിരുന്നു
നിസ്സഹായനായി.
കണ്ണീരുറഞ്ഞൊരു കൗതുകമായി.

പ്രണയാക്ഷരങ്ങൾ

രമ്യാ രാജൻ ചേലക്കര

നിദ്രയകലുമിരവുകളിൽ ഒരു കൊച്ചു
തെന്നലായ് തഴുകി തലോടി മെല്ലെ
ചാരത്തണയുന്നുവോ നീ
നിൻ സുമന്ദഹാസ ദീപ്തിയിൽ
കോൾമയിർ കൊള്ളുന്നു ഞാൻ
നിൻ വശ്യ സൗന്ദര്യ വർണ്ണനയ്ക്കായ്
അക്ഷരങ്ങൾ പരതുന്നു ഞാൻ
നീയെന്നിൽ പടരുമ്പോൾ
വാക്കുകൾ വർണ്ണങ്ങളാവുന്നു
ചിതലരിക്കാത്ത ചിന്തകൾ
ഹൃത്തിൽ ചിലമ്പാട്ടമാടുന്നു
എരിഞ്ഞടങ്ങാത്ത തേങ്ങലുകൾ
വിറയാർന്നു തുള്ളുന്നു മൂകം
വേപഥു പൂണ്ട കിനാക്കൾ
ഭാവുകമരുളുന്നു മോദാൽ
അടച്ചുവച്ച ചുടു നിശ്വാസങ്ങൾ
മഴയായ് പെയ്തൊഴിയുന്നു
പ്രണയാർദ്ര നിമിഷങ്ങൾ വീണ്ടും
തളിർക്കുന്നു പൂക്കുന്നു നിറവിന്റെ പൊലിമയാൽ
വസന്തോത്സവം ചമയ്ക്കുന്നു ആർദ്രത പുലരുന്നു
നെഞ്ചകം നിറയ്ക്കുന്നു
നീയില്ലായിരുന്നെങ്കിൽ നിൻ
സാമിപ്യമില്ലായിരുന്നെങ്കിൽ
ഏകാന്ത യാമങ്ങളെ പഴിച്ച്
മൃതിയിൽ പൊലിഞ്ഞേനെ വിശ്വം
പാർവണേന്ദുപോൽ പെയ്തിറങ്ങു നീ
മണ്ണിതിൽ എൻ കിനാ പന്തലിൽ
കാവ്യാംഗനേ എന്നും നീയെന്റെ പ്രണയം

അറിയുമോ?

യമുന കെ. നായർ

പ്രണയപരിണാമത്തിലെ
അവസാനത്തെ ശ്വാസത്തിനു
അധികമായെന്തോ പറയുവാനുണ്ട്.

വാക്കിലും മൗനത്തിലും ജനിച്ചവർ
ചിരിയകന്ന് ചിറകരിഞ്ഞു
ഇരു ധ്രുവങ്ങളിലകന്നിടുമ്പോൾ
വഴിയറിയാതെ തീർത്ഥാടനത്തിലാകുന്നു-
ഇരു ഹൃദയങ്ങളിലെ പ്രണയതാത്മാക്കൾ.

ആദിയും മദ്ധ്യവും മാത്രമെങ്കിലും
അവർ ഇരുമുറികളിൽ പിറന്ന
നീലരാവിന്റെ ചിന്തകൾ.

ഒടുക്കം ഒറ്റപ്പെട്ട ഭ്രമണപഥങ്ങളിലൂടെ
മിഴികളിൽ പ്രണയത്തിന്റെ തിരമാലകളുമായ്
നിർവാണം തേടുന്ന തിരുമുറിവുകളാകുന്നു.

മീന വിജ്ജു

രാധ

പുലരിയിൽ വിരിയുന്ന
പനീർ പൂവിൻ ഗന്ധം പോലെ
നീഹാരമണിയും പൂവിൻ ദളം പോലെ
അരുമയായി വീശുന്ന തെന്നൽ പോലെ

നീയെന്നിൽ ചൊരിയുന്ന പ്രണയത്തിൽ
പരിമളം മോഹിച്ച ഞാനും
നിന്നിൽ അലിയാൻ.

കൊക്കുരുമ്മും ഇണപ്രാക്കളായ്
കുറുകിനിൻ നെഞ്ചോരം ചായാൻ.
കൊതിച്ചൊരാ നേരം

വിരഹത്തിൽ നോവ് എനിക്കായ് നൽകി
ദൂരെയെവിടെയോ നീ കൂട്ടുകൂട്ടി.

നീ ഞാനും ഞാൻ നീയുമായിരുന്നില്ലേ?
എന്നിട്ടുമെന്തേ നീയെന്നെ വിരഹിണി
രാധയാക്കി.

പദനിസ്വനം

ഷാ പുതിയിരുത്തി

തോരാമഴയുള്ള രാത്രിയിൽ
നിന്നെതിരഞ്ഞെൻ മാനസം
നീയെൻ മിഴിത്തുമ്പിലൂർന്ന്
എവിടെപ്പോയ് മറഞ്ഞു പ്രിയേ.

തനുവേ തഴുകുന്ന മന്ദമാരുതൻ
പറയാതെ വന്നെനരികിലായ്
നാസികത്തുമ്പിൽ കുടഞ്ഞു പോയ്
തരളമാംനിൻ കാന്തി സുഗന്ധം.

കാതോർത്തു പോയെൻ മനം
ഒരു മാത്രയെങ്കിലും നിൻ പദനിസ്വനം
കരളിന്റെയുള്ളിൽ പിടക്കുമൊരു
പ്രണയാർദ്ര നിമിഷങ്ങൾക്കായ്!

നീവരുമോയെന്നരികിലായ്
ഇടറും മൊഴികൾ കേൾക്കാനായ്
ഇടനെഞ്ചോരം മിഴികൾ പൂട്ടി
പനിമതിയഴകിൻ നിലാവത്ത്.

മന്ദസ്മിതം വിടർന്നനിന്നധരത്തിൽ
മധുതേടും വണ്ടായ് ഞാൻ മൂളവേ
ആപാതമധുരാമാം ഓർമ്മയിൽ
ആമന്ദംവന്നെൻ ചാരത്തായ് നീ!

രാധ ശിവ

പ്രണയസ്വപ്നങ്ങൾ

പകൽ വിടച്ചൊല്ലിടുവാനായ്
അന്തിവെയിൽ ചായുന്നുവോ
അസ്തമയ സൂര്യനെനോക്കി
സ്വപ്നങ്ങളൊരായിരം നെയ്തു.

സന്ധ്യതൻ കുങ്കുമനിറം ജ്വലിച്ച്
നിഴലുകളാശകളെല്ലാമടക്കി
മൗനമായാഴത്തിലേക്ക്
മാഞ്ഞുപോയിടുന്നുവോ.

വിടച്ചൊല്ലിടും പ്രണയകാലത്തിൻ
ഓർമ്മകളിളം കാറ്റിലശ്രു
കണങ്ങളായിറ്റുവീണ മഴത്തുള്ളി
കുളിരിന്നലകളായ്.

ഹൃദയത്തിനേറ്റ മുറുവുകളിൽ
പ്രണയധാരയായ് നിണം
ഒഴുകീടുന്നുവോ കനവിലും
നിനവിലും നിറയുന്നുവോ.

ആത്മാവിനാഴത്തിനിരുളിലായ്
പ്രണയക്കൂടാരച്ചില്ലുകളിൽ
നിൻമുഖം വസന്തകാലമായെൻ
മനതാരിൽ വിടരുന്നുവോ!

ദേവ്യസ്

പ്രണയം

പ്രണയമാണെന്നെന്നും ആർത്തലച്ചെത്തുന്ന
കടലിൻ തിരയോടു വന്യമാം പ്രണയം
സ്വഛന്ദ ശീതള കാനന ഭംഗിയിൽ
ഒറ്റപ്പെടുന്നതിൻ ഗൂഢമാം പ്രണയം
ഓർക്കാപ്പുറത്തോടീ വന്നെൻ തനുവാകെ
പൂമരമായ് പെയ്ത മഴയോടു പ്രണയം
വേനൽ മഴയിലെ ഉന്മാദ ഗന്ധമായ്
മണ്ണിന്റെ മാറിലെ മധുവൂറും പ്രണയം
പാടത്തിനക്കരെ ചീറിയ ചീവീടിൻ
താളവട്ടത്തിലെ ഭ്രാന്തമാം പ്രണയം
മുട്ടോളം വെള്ളത്തിൽ പാദത്തിനഗ്രത്തിൽ
ഇക്കിളിയാക്കിയ പുഴമീനിൻ പ്രണയം
കാതടപ്പിച്ചൊരാ കാർമേഘഗർജ്ജനം
മാനത്ത് കണ്ടൊരാ മഴവില്ലിൻ പ്രണയം
ആറ്റിറമ്പിൽ ചാഞ്ഞ തെങ്ങോലത്തുമ്പിലെ
തൂക്കണാം കുരുവിതൻ കൂടിലെ പ്രണയം
പെറ്റപെരുകുവാൻ ഞാനൊളിപ്പിച്ചൊരാ
പുസ്തക താളിലെ പീലിതൻ പ്രണയം
നാട്ടുമാഞ്ചോട്ടിലെ വേലിപ്പടർപ്പിലെ
നാഗമാണിക്യത്തിൻ കണ്ണിലെ പ്രണയം
സീമന്ത സിന്ദൂരം വാരിവിതറിയ
ചക്രവാളത്തിലെ സന്ധ്യതൻ പ്രണയം
പൂനിലാ രാത്രിയിൽ പാലയിൽ പൂക്കുമീ
നക്ഷത്ര കണ്ണിലെ ഗന്ധർവ്വ പ്രണയം
ഏകാന്ത ജാലകം തള്ളി തുറന്നെന്നെ
വാരി പുണർന്നൊരാ കാറ്റിന്റെ പ്രണയം
മങ്ങാതെ കത്തിയ നെയ് വിളക്കിൻ മുന്നിൽ
എന്നെ പുതപ്പിച്ച കോടി തൻ പ്രണയം

അനിതാ ജയരാജ്

പ്രണയപ്പെടുമ്പോൾ

കാണുമ്പോഴുള്ളം കിള്ളിയെടുത്ത്
കൂടയ്ക്കുള്ളിൽ നിക്ഷേപിക്കുന്ന
തോട്ടക്കാരന്റെ കൗശലം
മിണ്ടുമ്പോൾ തേനരുവിയുടെ കരയിലെ
ചെറുമരത്തിന്റെ വേരുകൾ
തൊട്ടാൽ പൂമരത്തിന്റെ സൗരഭ്യമുള്ള
പൂക്കളിൽ കാറ്റുമ്മവച്ച പോലെ
അടുത്തിരുന്നാൽ സ്വയമലിഞ്ഞില്ലാതാവുന്ന
പാലൈസ് പോലെ
വാക്കുകൾ മന്ത്രണം പോലെ
ഹൃദയഭിത്തികളിലതാലേഖനം ചെയ്യപ്പെടുമ്പോൾ
നൃത്തരൂപമായി പ്രണയപ്പെടുന്നവരല്ലോ
ചുറ്റുമൊരു കാടു വളരുന്നു
നാമൊരു വൽമീകത്തിനുള്ളിലൊളിക്കുന്നു.
സൂര്യനുദിക്കുകയോ പുലരിവിരിയുകയോ
പക്ഷികൾ പാടുകയോ പൂക്കൾ വിടരുകയോ
ചെയ്യുന്നില്ലല്ലോ
സ്നേഹത്തിന്റെ ആലസ്യം
ജീവൽകോശങ്ങളിൽ നിറച്ച്
അലിഞ്ഞിറങ്ങണം ഇനിയെന്നും.
നീയെന്ന കനത്ത വാതിലിന്റെ സംരക്ഷണ ഭിത്തി
തകരാതിരുന്നെങ്കിലെന്നാണിപ്പോഴത്തെ ചിന്ത.
സ്വന്തമായിക്കഴിഞ്ഞല്ല
സ്വന്തമാകും മുമ്പല്ലേ ഇതൾ വിടരും
മനോഹാരിത ആത്മാവിനെ തൊടുക.

ലക്ഷ്മി ശങ്കർ

എന്നിലെ നീ

എനിക്കുറക്കെ ചിരിക്കണം
നിബന്ധനകൾ ഇല്ലാതെ
ആർത്താർത്തു ചിരിക്കണം

വരൂ.. നമുക്കാ കടലിന്റെ തീരത്തു
കൂടി നടന്ന് തിരമാലകളെ എണ്ണാം
എണ്ണിയെണ്ണി മടുക്കുമ്പോൾ
തമാശ പറഞ്ഞു പൊട്ടി ചിരിക്കാം
അപ്പോൾ ഒരു കവിതയായി
നീ എന്നെ ചേർത്തു പിടിക്കണം.
ഒരിക്കലും മടുക്കാത്ത കവിതപോലെ..
നീയെന്ന വീഞ്ഞിൽ നുകരാൻ
പറ്റിയ കവിത

കാലങ്ങളും ഋതുക്കളും മാറി മാറി വന്നാലും
നീ അല്ലാതെ മറ്റൊരു ഋതുവും എന്നിലില്ല.
നീയെന്ന വസന്തത്തിലെ
ഞാൻ തളിർക്കുകയുള്ളു
നീയെന്ന മരത്തിനു മാത്രമേ
ഞാൻ വേരാവുകയൊള്ളു

മേഘ സന്ദേശത്തിൽ നിന്ന് മെറ്റയിലേക്ക്

അനീഷ് വെങ്ങാട്ട്

നീ വരച്ച ചിത്രം
അപൂർണ്ണമാണ്
രണ്ട് നീല
ടിക്കുകൾ കൊണ്ട്
പൂർണ്ണമാകുമായിരുന്നു.

പെറ്റ് പെരുകാത്ത
മയ്യിൽപ്പീലി
പുസ്തകത്താളുകളിൽ
പൂപ്പല് പറ്റി
പിടിച്ചിരിക്കുന്നു.

തേൻ വറ്റിയ
പൂക്കൾക്ക് ചുറ്റും
തേനീച്ചകൾ
വട്ടമിട്ട് പറക്കുന്നു.

മഴത്തുള്ളികൾക്കിടയിൽ
മേഘ സന്ദേശത്തിനായി
മെറ്റയെ നോക്കി
ഞാൻ നിന്നു.

നജാ ഹുസൈൻ

ഇന്നലെ പെയ്ത മഴ

ആർത്തു പെയ്തൊരു മഴയുടെ
താളാത്മകമാം സങ്കീർത്തനങ്ങളിലാണ്
ഇന്നലകളിലേക്കിടറി വീണത്.

ഗതിവിഗതികളറിയാതെ നടപ്പാതകൾ
കാണാതെ അത്യുമേലാഴങ്ങളിലേക്കാണ-
ലിഞ്ഞുചേർന്നത്.

നനഞ്ഞ മണ്ണും നിറഞ്ഞ വിണ്ണും
നിന്നു പെയ്യുന്ന മഴയും ഓർമയുടെ ഏതേത്
അടരുകളിലേക്കാണ് അരിച്ചരിച്ചിറങ്ങുന്നത്.

കണ്ടു മറന്ന സ്വപ്നങ്ങളും കാണാതെ പോയ
മോഹങ്ങളും ഇരുളടഞ്ഞ ഇടനാഴികളിലെ-
വിടെയോ പെയ്തൊഴിഞ്ഞു.

ഇനിയും തോർന്നു തീരാതെ
ഉള്ളെരിയുന്ന ഓർമ്മപ്പെയ്ത്തുകൾ
ഹൃത്തിലൊരു പേമാരിയാകുന്നു.

ഇന്നലെ പെയ്തതെല്ലാം മേഘങ്ങളായ്
മാഞ്ഞു പോകവെ, ഇന്നു പെയ്യുന്ന
മഴനൂലിഴകളിലൂടെ അറ്റു പോകാത്ത
കണ്ണികൾ ചേർത്ത് നമുക്ക് സ്വയം
മറന്നൊരു മഴ നനയാം.

രജിത മധു

പ്രണയമഴ

പുഴയൊരു സ്വരമായി ഒഴുകി വരുമ്പോൾ!
മഴയൊരു ശ്രുതിയായി പെയ്യ്തിറങ്ങി.
അവർ ഒരേ, താളമായി ഒഴുകിയിറങ്ങി.

ഒരുനൂറുജന്മം തപസ്സിരുന്നു ഞാൻ
സ്വരശ്രുതിതാളത്തിൽ ലയിച്ചുറങ്ങാൻ
എന്റെ പ്രണയകവാടത്തിൽ നീ വന്നുമുട്ടി
മൗനമായി പാടിയെന്നെ തൊട്ടുണർത്തി

കളകളാരവം ശബ്ദമുയർത്തി
രാഗാർദ്രമായി തംബുരുമീട്ടി
സ്നേഹാർദ്രമായി കിന്നരം പാടി
പ്രണയാർദ്രമായിയവർ
ഒന്നുചേർന്നു

ഹരിക്കുട്ടൻ

നിഷ്പുഷ്പവാടി

ഒരു നോക്കു കാണുവാനാശയു-
ണ്ടെരിയുന്ന നേത്രങ്ങൾ,
ഉറവു ചാലു തീർക്കുന്ന മിഴിനീർത്തുള്ളികൾ
ഒരു വാക്കു മിണ്ടുവാൻ പെരുമ്പറ കൊട്ടി
യുള്ളിൽ തുടിക്കുന്ന മോഹങ്ങൾ
സംവത്സരങ്ങളിൽ മേഘദൂതിലൂടൊഴുകി
ശാന്ത നിർഭരമായെൻ മനോഗതങ്ങൾ
സംതൃപ്തമാകാത്ത മനസിൻ വിങ്ങലിൽ
പൊഴിഞ്ഞലിഞ്ഞൊഴുകിയാ ദൂതമേഘം,
മുറ്റത്തു നട്ടൊരു തൈമുല്ല പൂക്കുവാൻ
നാളെണ്ണി ഞാനും കാത്തിരിക്കേ
പ്രണയത്തിൻ പനിനീർ പൂക്കൊമ്പൊടിച്ചെന്റെ
കരളിലന്നാരോ നട്ടുവച്ചു,
ഹൃദയത്തിൽ നിന്നും ഹൃദയത്തിലേക്കൊഴുകും
സ്നേഹതീർത്ഥത്തിൻ കുളിർത്തടത്തിൽ
ഋതുഭേദങ്ങളറിയാതെ ചെമ്പനിനീർച്ചെടി
തളിരിട്ടു, ചില്ല പടർത്തി നില്പൂ,,
കടലും തിരകളും, മരുപ്പച്ച,മണൽക്കാറ്റും,
വനവും, വയൽപ്പൂവും, പകലും ത്രിസന്ധ്യയും
പങ്കിട്ടു പകർന്നു,, ഒന്നാകയില്ലെങ്കിലും
ഇരുകരൾ മുറ്റത്താ ചെടിവളർന്നു,,
പൂക്കില്ലൊരിക്കലുമീ, പ്രേമവാടിയിൽ
നിറയില്ല ദാമ്പത്യ നറുസുഗന്ധം
വാടില്ലൊരിക്കലും, ഹൃദയത്തലൂടൊഴുകും
ചുടുരക്തമുറയും നിമിഷംവരെ

പ്രാണൻ

തങ്കമണി അശോകൻ

എന്റെ പ്രണയ വഴിയിൽ
ചുവപ്പുരാശി പടർത്തി
പൂത്തുലഞ്ഞു നിൽക്കുന്ന
ഗുൽമോഹറാണു
നീയെൻ മോഹസ്വപ്നങ്ങളെ
തഴുകി ഉണർത്തി
നിൻ മൃദുല ദളങ്ങളെൻ
ഓരോ അണുവിലും
ആവേശമായി അഗ്നിപടർത്തി
നീയെൻ സിരകളിൽ നിൻ
ചുടുനിശ്വാസ സ്പർശത്താൽ
സ്നേഹത്തണലേകി
നീയെനിക്കെന്നും പൂത്തുലഞ്ഞ
മേനിയിൽ പുണർന്നു
ഞാൻ നിൽക്കവേ അലിഞ്ഞുപോയി
സ്വയം ഒന്നായി ചേർന്നു നമ്മൾ
ഒറ്റപ്രാണനായി മാറി നമ്മൾ

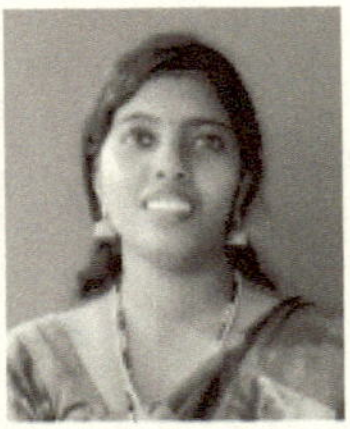

സൂര്യ വെണ്ണിയൂർ

പ്രണയ മഴ

ഹൃദയത്തിൽ വിരിയുമൊരു
പ്രണയം പോലെ
പ്രകൃതിതൻ പ്രണയം മഴയായ്
നിറഞ്ഞീ ഭൂമിതൻ നെറുകിൽ

ഇലകളെ തഴുകി, പ്രണയരാഗ-
മീട്ടി മഴതൻ സംഗീതം
ഇന്നീ ഭൂമിയെ പുളകിതയാക്കി
മണ്ണിൻ മണം നിറഞ്ഞീ ഭുവിൽ

വാക്കുകൾ കൊണ്ട് പറയുവാ-
നാകാത്തൊരീ പ്രണയം സംഗീതമായ്
കാതിൽ കുളിർമഴയേകി
ജലകണങ്ങളാൽ വർണ്ണിക്കുവാ-
നാകാത്തൊരീവിധം കവിഞ്ഞൊഴുകി
കുളിരാകുന്ന മധുവാകുന്നൊരീ
നിമിഷചഷകത്തിൽ അകലങ്ങൾ
അകലങ്ങളാകുന്നില്ലിതാ

ആരൊക്കെ തടഞ്ഞാലുമീ പ്രണയം
മണ്ണോട് തന്നെ ചേരുമൊരുപാട്
കഥകൾ പങ്കുവയ്ക്കാൻ
ആകാശവും ഭൂമിയും ഹൃദയങ്ങൾ
പരസ്പരം കോർത്തിതാ
ഈ മഴയിൽ ഇുമഴയിൽ

ദിവ്യ ഹരിപ്പാട്

സ്മൃതി

കുതറിമാറുന്നതെന്തിനെന്നെപ്പോഴും
പതിവു പോലെ ഞാൻ സ്വയം ചോദിച്ചുവെങ്കിലും
അകലെ അജ്ഞാതരാഗസീമയിൽ കനിവുമായി
നീ കാത്തു നിൽക്കുന്നുവോ?

വെറുതയെങ്കിലും, പിൻമടങ്ങീടുവാൻ
ഒരു വിളിക്കു കാതോർക്കയാണിപ്പോഴും
ഒരു വിളിപ്പാടിനിപ്പുറത്തുണ്ട് ഞാൻ
സ്മൃതികൾ പൂക്കുന്ന ചെമ്പനീർ പൂവായി
ഇനി മറക്കാം മറക്കാം നിൻ ഓർമ്മകൾ

എൻ കണികയില്ലാത്ത ലോകത്തു ചെല്ലുമ്പോൾ,
എന്റ കണിക ഇല്ലാത്ത ലോകത്തു ചെല്ലുമ്പോൾ.

പ്രണയം

സിന്ധു കെ. നായർ

നിന്നെ മറക്കുകയെന്നാൽ
മരിക്കുകയാണ്
എന്നിട്ടും ജീവിക്കുന്നു.
വസന്തങ്ങൾ
പൊഴിയുമ്പോൾ
വല വിരിച്ചിടാറുണ്ട്
പൊഴിഞ്ഞ പൂക്കൾക്ക്
വല്ലാത്തൊരു സുഗന്ധമാണ്
പ്രതീക്ഷയുടെ ഇളംകാറ്റിനെ
ഒരു നോക്കിൽ
നഷ്ടപ്പെട്ടുമ്പോൾ
ഒറ്റയടിക്ക് മൃതിയിലേക്ക്
പോവുകയാണവ.
തളിർത്ത ഇലകൾക്ക്
നിന്റെ സുഗന്ധമാണ്
തനിയെയെന്നു തോന്നുമ്പോൾ
വീണ്ടും പിന്നോട്ട് നടക്കും.
ഒറ്റയാവാത്ത ആ കാലത്തെ
കാലിൽ കുരുക്കിയിടും.

കവയിത്രി

ഷിയ അന്നമ്മ ആന്റണി

അവൾ സ്വതന്ത്രമായ കവിതയാവാൻ
കൊതിച്ച കൊണ്ട് കയ്യെത്താ ദൂരത്തെ
പ്രണയാക്ഷരങ്ങളെ എന്റേതെന്ന്
അടയാളമിട്ട് ചിരിച്ചും കരഞ്ഞും,
മൃതവരികളെയടക്കം ചെയ്ത്
പുനർജനിക്കായ് കൊതിച്ചൊരുവൾ
വന്യമാമേകാന്തതയിൻ വിജന വീഥിയിൽ
മൗനത്തിന്നലർച്ചകളിൽ ചെവി
പൊത്തിക്കരയുന്നൊരുവൾ.
ഭ്രാന്തമാം നിനവുകളെ വിരൽത്തുമ്പിൽ
ഞെരിച്ചുടയ്ക്കുമവൾ.
ആഗ്രഹങ്ങളുടെ വേരുകൾ ഹൃദയാഴങ്ങളെ
വരിഞ്ഞു മുറുക്കുമ്പോൾ വാക്കുകൾ
വൻ കാടാക്കി മാറ്റുമൊരുവൾ.
ഇടറുന്ന നിമിനേരം ഇമയനക്കങ്ങളിൽ
കുതറിയൊരു ചുംബനത്തോടെ
മിഴിപ്പൂക്കൾ കൊഴിച്ചിട്ട് തളർന്നു വീഴുന്നവൾ
അലഞ്ഞ തിരയിൽ പെറുക്കിയെറിഞ്ഞ
വരികൾ കൂട്ടി വെച്ച് മണൽത്തരികളിലടുക്കി
എന്റേതെന്നു കോറിയിട്ട്
ഉന്മാദം നിറച്ച പിൻവലിയുന്ന അക്ഷരത്തിര
ഒടുക്കമാകടലാഴങ്ങളിലെ നിറച്ച വയ്ക്കപ്പെട്ട
നീലാക്ഷരങ്ങളിൽ പൂർത്തിയാക്കപ്പെട്ട
സ്വാതന്ത്ര്യം കിട്ടിയ പെൺ കവിത അവൾ.

എനിക്ക് നിന്നെ പ്രണയിക്കണമായിരുന്നു

സുകുമാരി സന്തോഷ്

എനിക്ക് നിന്നെ പ്രണയിക്കണമായിരുന്നു
നിശയുടെ ഒളിയിടങ്ങളിലല്ല ഹൃദയം
പ്രണയത്തിന്റെ ഗസലുകൾ മൂളുന്ന
ഇടങ്ങളിലെല്ലാം
എനിക്ക് നിന്നെ പ്രണയിക്കണമായിരുന്നു
ഡിസംബറിന്റെ മഞ്ഞു പൊതിഞ്ഞ
തണുത്ത പ്രഭാതങ്ങളിൽ മീനവെയിലിന്റെ
ചുംബനച്ചൂടിൽ ചുട്ടുപൊള്ളുന്ന
നാട്ടിടവഴികളിൽ ഇല പൊഴിഞ്ഞ
ശിശിര സന്ധ്യകളിൽ അനാവൃതമാക്കപ്പെട്ട
മരനിരകൾക്കിടയിലൂടെ വഴിവിളക്കുകൾ
മിഴി തുറക്കും മുമ്പ് തെരുവിന്റെ തിരക്കുകളിൽ
അഗ്നിപ്പൂക്കൾ തല്പമൊരുക്കിയ പാതയോരത്തെ
ഗുൽമോഹറിൻ ചോട്ടിൽ പുണർന്നു മുറുക്കുന്ന
തിരക്കൈകളിൽ തളർന്നു മയങ്ങുന്ന
കടൽത്തീരങ്ങളിൽ എനിക്കു വെറുതെ
വെറും വെറുതെ നിന്നെ പ്രണയിക്കണമായിരുന്നു.

സന്തോഷ് ഇമ

അവാച്യമാണ് അസുലഭവും

പ്രണയം പ്രത്യാശയുടെ വെളിച്ചത്തിലേക്ക്
വഴികൾ പണിത പുലരി
ചിരിക്കും കരച്ചിലിനുമിടയിൽ പെട്ടുപോയ
മനസ്സിലേക്കൊരു പ്രഥമ പുഷ്പവാടി
പ്രണയം ആത്മഹത്യ ചെയ്യാൻ ഇറങ്ങിയ
മനസ്സിനെ തിരികെ വിളിക്കാൻ കഴിയുന്ന ഒന്ന്
പ്രണയം വാടുമ്പോൾ മറവിയെ ഉണക്കി
സൂക്ഷിക്കാനാകുന്ന പുസ്തകം
പ്രണയം മടുത്തുപോയ ഇന്നുകളെ തളിർപ്പിക്കുന്നുണ്ട്
ഒരു നനുത്ത സ്പർശം കൊണ്ട് രോമകൂപങ്ങളേറ്റം
തളിർവള്ളിയാകുന്ന നേരം
പ്രണയം കൊണ്ട് ആത്മാക്കൾ ആലിംഗനം
ചെയ്യുന്ന കൗമാരം
പ്രണയം ചിറകുകൾക്ക് സ്വപ്നങ്ങളുടെ ഭാരമില്ലാതെ
ജീർണതകുടിയേറിയ ആത്മാവിനെയൂരിയെറിഞ്ഞ്
ഉള്ളിന്റെയുള്ളിൽ പായുന്ന ചിന്തകൾക്ക് കടിഞ്ഞാ-
ണിടാനാകാത്ത ഞെരിഞ്ഞമർന്ന
വിശ്വാസങ്ങൾക്ക് മേൽ നേർത്ത തണുപ്പ്
പുതപ്പിക്കുന്ന പ്രണയം
സ്വപ്നങ്ങൾക്ക് മേൽ മേഘത്തുണ്ട് വിരിച്ച്
നക്ഷത്ര തോരണങ്ങൾ തൂക്കിയ പ്രണയം
മനസ്സിന്റെ കണ്ണാടി മേൽക്കൂരയ്ക്ക് താഴെ
പ്രണയം വിരിച്ച് മുകളിലേക്ക് കണ്ണ് പായിച്ച്
മലർന്നു കിടന്നങ്ങിനെ

സ്വപ്ന ജയൻസ്

പ്രണയകാന്തിപ്പൂക്കൾ

നിൻ മരച്ചില്ലയിൽ ഊയലാട്ടും കുഞ്ഞു
പക്ഷിയെപ്പോലെ ഞാനെത്ര നാളിൽ

എല്ലാം മറന്നതും നിന്നിലമർന്നതും
നിനവാർന്ന സന്ധ്യകൾ സാക്ഷിയല്ലേ

പരിഭവക്കൂട്ടിലെ കിളിമകൾക്കൊപ്പമായ്
തെല്ലുപിണക്കത്തിലെത്ര നേരം

തല്ലിപ്പിരിഞ്ഞതും ചേർത്തങ്ങണച്ചതും
നിൻ ചുണ്ടിനുള്ളിൽ പൊതിഞ്ഞനേരം

നിറമാർന്ന പകലുകൾ നീയെന്നിലായിരം
പ്രണയകാന്തിപ്പൂക്കൾ തന്നിരുന്നു

പിരിയുന്ന നേരവും അന്തിച്ചുവപ്പെന്റെ
കവിളിലായ് കുങ്കുമം തൊട്ടിരുന്നു

പൊൻതാരകപ്പൂക്കൾ നിറയും നിശയിലും
നീയെന്റെ ശ്വാസമായി ഗന്ധമായി

തളരും തനുവിലും തണലായി നീയെന്റെ
നെറുകയിലുമ്മയായ് സ്നേഹമായി

നെഞ്ചിൽ കനം കനലേറ്റിട്ടുന്നെങ്കിലും
അകലുവാനാകില്ല പ്രിയമോഹമേ

നീയെന്റെ പ്രാണന്റെ ചില്ലയിൽ പൂവിട്ട
പ്രണയ കാന്തിപ്പൂവിനോർമ്മയല്ലേ

നിന്നോർമ്മയിൽ

താര കൃഷ്ണൻ ജി.

എത്ര വർണ്ണിച്ചിടാ നാണെന്റെ പ്രണയമേ
ത്തൂലിക ഞാനിന്നെടുത്തതെന്നോ വരികളാൽ
തീർക്കുവാൻ മാത്രമായല്ലെന്റെ പ്രണയത്തെ
ഞാനിന്നും ചേർത്തു വയ്പ്പ ഹൃത്തിൽ
പതിഞ്ഞൊരാ പവിഴമാം മുത്തുകൾ ഓർമ്മ തൻ
നൂലിനാൽ കോർത്തു വയ്ക്കാം ഒരു തരി പോലും
കുറയാതിന്നുമേ മൂല്യമാം നിന്നോർമ്മ കാത്തുവയ്ക്കേ
ഓർമ്മ തൻ ലോകത്ത് മിഴികൾ നിറയുമ്പോൾ
തഴുകുവാൻ എൻ കരം കാവലാകും നീയെന്ന
തണൽ മരം എൻ നിഴലാകുമ്പോൾ തളരാതെ
ഞാനെന്നും മിന്നി നിൽക്കും അക്ഷര ക്കൂട്ടുകൾ
കൊണ്ടിന്നു തീർക്കുവാൻ കഴിയില്ലൊരിക്കലും
നിന്നോർമ്മകൾ നീപോലും അറിയാത്തൊരത്രയും
ആഴത്തിൽ നിന്നോർമ്മ എന്നുള്ളിൽ പടർന്നു
പോകെ വേറിട്ടെടുക്കുവാനാകില്ലൊരിക്കലും
എന്നിലായ് ചേർന്ന നിന്നോർമ്മകളെ
വിലമതിക്കാത്തൊരാ ദിവ്യമാം പ്രണയത്തെ
പ്രാണനെ പോലെന്നും കാത്തുവയ്ക്കാം

അനു നീരജ്

നീയുണ്ടായിരുന്നെങ്കിൽ

ഉള്ളത്തിലാർത്തു പെയ്ത മഴയിൽ
കുതിർന്ന കവിൾത്തടങ്ങളോർത്തു കാണും
നീയുണ്ടായിരുന്നെങ്കിലെന്ന് അന്നാദ്യമായ്
എൻ വരികൾ വായിച്ചു കേട്ടപ്പോൾ ഞാനും
കൊതിച്ചു, നീയുണ്ടായിരുന്നെങ്കിലെന്ന്

സന്ധ്യക്ക് തിരിവച്ചു തുളസിത്തറയ്ക്കു വലം
വെച്ചപ്പോഴും കാറ്റെത്തി നോക്കി
നീയുണ്ടായിരുന്നെങ്കിലെന്ന്

അടുക്കളത്തിണ്ണയിൽ ആകാശവാണിയിൽ
അന്നെനിക്കു മാത്രം കേൾക്കാനായൊരു പാട്ടും
അരികിൽ നീയുണ്ടായിരുന്നെങ്കിലെന്ന്

മുറിയിലെ അരണ്ട വെളിച്ചത്തിൽ നിഴലുകൾ
പോലെ മിടിപ്പിൽ സ്നേഹം പടരുമ്പോൾ ഹൃദയം
തിരഞ്ഞു നീയുണ്ടായിരുനെങ്കിലെന്ന്

ഉറക്കത്തിലേക്കു ചായുമ്പോൾ നെഞ്ചിലാഞ്ഞു
കിടക്കാൻ കൈകളിലൊതുങ്ങാൻ
അത്രമേൽ നിനച്ചു നീയുണ്ടായിരുന്നെങ്കിലെന്ന്

ഒറ്റയ്ക്കിരിക്കുമ്പോൾ എന്നെ ഒറ്റയ്ക്കു വിടാത്ത നിൻ
ആർദ്രമാം ഓർമ്മകൾ പോലും ചോദിച്ചു
നീയുണ്ടായിരുന്നെങ്കിലെന്ന്

പ്രമീള പ്രഭാകരൻ

പ്രണയമന്ദാരം

പ്രണയമേ നീയെന്നിലേൽപ്പിച്ച നിർവൃതി
പതിന്മടങ്ങായി നിറഞ്ഞു നിൽപ്പൂ

നിറകുടം തുളുമ്പാത്ത പരിശുദ്ധിയോടിതാ
മഞ്ഞ മന്ദാരത്തിൻ നിറശോഭയായ്

മനസിനെ ലാളിക്കും കുളിരാർന്ന ഭാവങ്ങൾ
സ്വായത്തമാക്കിയതെവിടുന്നു നീ

മികവിനെ മാത്രമായ് വേർതിരിച്ചുള്ളിലേ-
ക്കാഴ്ന്നിറക്കീടുന്ന സ്നേഹ ഭാവം.

എന്നിലെ നിന്നെയും നിന്നിലെ എന്നെയും
ബന്ധനമാക്കുന്ന സ്നിഗ്ദ്ധതയാൽ.

പൊഴിയാതെ എന്നുമീപ്രണയാർദ്ര നിമിഷങ്ങൾ
ഭൂമിയിൽ വിടരട്ടെ ആവോളവും

പ്രണയമെത്തുമ്പോൾ

രജനി കാക്കശ്ശേരി

മഴവില്ലിൻ സപ്തവർണ്ണങ്ങളും ചാലിച്ച
പ്രണയമേയെന്നു നീയരികിലെത്തും
ഇനികാതമെത്രയോകാത്തിരിക്കേണമാ
മധുരം നുകർന്നതിലാറാടുവാൻ

അനുരാഗവായ്പിന്റെ മധുരാനുഭൂതിയാ
മനതാരിലാരും പകർന്നതില്ല
ഇനിയെന്നു വന്നിടും പ്രണയമേ നീ നിന്റെ
കളിയാട്ടമാടുവാനവളിലേക്കായ്

നീ വരും നാളുകൾക്കായവൾ കാതോർത്തു
കാവ്യങ്ങളേറെ രചിച്ചിടുന്നു
ഹൃദയത്തിൽ ചാലിച്ച സ്നേഹാമൃതത്തിന്റെ
നിറകുംഭമായി നീയരികിലെത്തു

ഒരു വേള പോലും പിരിഞ്ഞിടാനാവാത്ത
മനതാരുമായ് നിങ്ങൾക്കൊത്തു പോകാം
അകലുവാനാകാത്തൊരിഴ ചേർത്തു
സ്നേഹത്തിൻ പട്ടുറുമാലൊന്നു നെയ്തെടുക്കാം

വിനീത സന്തോഷ്

നീയും ഞാനും

അത്രമേലാർദ്രമാം നീയെന്നിലിന്നും
അനുരാഗവർഷമായ് നിറയുന്നനേരത്തും,
ആയിരം കാതമകലെയേതോ ദിക്കിൽ
മിഴികളന്യമായി നഷ്ടപ്പെടുന്നു നാം.

അന്യമായ് പോയകാലത്തിരുന്നു നാം
പങ്കിടുന്നുണ്ടോരോ ഋതുക്കളും.
നഷ്ടപ്രണയത്തിൻ നോവോർമ്മയിൽ
വർഷമായ് നീയിന്നുമെന്നിൽ പെയ്തിടുന്നു.

നീയാം വസന്തനേരത്ത് തമ്മിലലിയാൻ,
കാറ്റായ് ഞാനരികിലെത്തിടുന്നു.
ഇലകൊഴിയുമെന്നിലെ ശിശിരവേളയിലോ,
നീഹാരബിന്ദുവായ് നീയെന്നോട് ചേർന്നിരുന്നു.

ആത്മനൊമ്പരങ്ങൾക്ക് സാന്ത്വനമായി നീയെന്നിൽ,
ആത്മാനുരാഗത്തിൻ വീണമീട്ടിടുന്നു.
സമാന്തരവീഥിയിലെ പ്രണയസഞ്ചാരത്തിലും,
ആത്മാവിലലിയുന്നു നാം രണ്ടു പേർ.

സിന്ധുഭദ്ര

ഉറപ്പ്

നീ പടിയിറങ്ങിപ്പോയത്
എന്റെ ഹൃദയത്തിൽ നിന്നായിരുന്നില്ല
നമ്മളിരുന്നിടത്തിൽ നിന്ന് മാത്രമാണ്
ഹൃദയമിപ്പോഴും നിനക്കായി
അവിടെ കാത്തിരിപ്പിലാണ്

നോവിന്റെ നേരങ്ങളെല്ലാം കടന്നുപോയി
ഹൃദയ വേദനകളെല്ലാം നേർരേഖയിലായി
ഇപ്പോൾ പ്രതീക്ഷയുടെ പുതു വരമ്പുകൾ
പടുത്തുയർത്തുകയാണ് ഞാൻ

നി നല്കിയ ഓർമ്മകൾ എനിക്കൊപ്പമുള്ളപ്പോൾ
നിന്റെ മൗനമെന്നെ ഭയപ്പെടുത്തുന്നില്ല
നിന്നെ നിശ്ശബ്ദമായി അതിശക്തമായി
പ്രണയിക്കുകയാണ് ഞാൻ

എന്റെ ജീവന്റെ മഞ്ഞുകാലവും വസന്തകാലവും
നീയാണെന്ന് തിരിച്ചറിയുകയാണ് ഞാൻ
എരിഞ്ഞു തീർന്ന വേനലിനെ
കുളിരാർന്ന വർഷത്താൽ പെയ്ത്ത് നിറയ്ക്കാൻ
നീ വീണ്ടും വരുമെന്ന് എനിക്ക് ഉറപ്പുണ്ട്.

അനി എൻ. രാജൻ

നിളയോട് സാഗരം

സദയം, സമാഗമം പകരു നീ ദേവീ
നിളേ, നിത്യ നിർമ്മലേ നിലാശൈല നന്ദനേ

ഇലകളിൽ ഹരിതാഭയിഴ ചേർത്ത മാധുരീ
ഇണ തേടുമീ ദിവ്യ ഗാത്രങ്ങളിൽ
സൂര്യദാഹം നിറയ്ക്കും നിശാസുന്ദരീ

പാടുന്നു സാഗരം, തേടുന്നു നിന്നരിയ
പാദസ്സരത്തിൻ നിതാന്തഗീതം

നിന്നിൽ കുരുക്കും വയൽപ്പൂവിലും
നീ കുളിരു പകരും കനൽഭ്ഭ്രൂവിലും

നിൻ ഗന്ധമുണരുമീയുറവിന്റെ മാറിലും
തിരയുന്നു ഞാൻ നിൻ പ്രിയാലിംഗനം

കനവിന്റെ കയ്പ്പും, കനപ്പും കനക്കുമീ
കനിവറ്റ സാഗരം കാത്തിരിപ്പൂ
കൈക്കുമ്പിളമ്മുത്തുമായ് നീയണഞ്ഞീടുമീ-
യഴിമുഖപ്പടവിലായ് നിന്നാഗമം!

സന്ധ്യ സജിത്ത്

നിന്റെ ദേവകുമാരൻ

സന്ധ്യമയങ്ങിയ സമയത്ത്
തന്റെ ഇഷ്ടദേവനെയും കാത്ത്
ഉമ്മറപ്പടിവാതിൽ ചാരാതെ
സ്വപ്നം മയങ്ങിയ കണ്ണുമായിനിൽക്കുന്ന
ദേവീ നീ ആരാണ്?

അന്തിച്ചുവപ്പിന്റെ ഭംഗിയുള്ള ദേവീ
നിന്റെ ഇഷ്ടകാമുകനെ വരവേൽക്കാൻ
നിന്റെ മനം തുടിക്കുന്നുവോ?
നിന്റെ മനസ്സ് ഒരു വേഴാമ്പലിനെപ്പോലെയോ?

നിന്റെ ദേവനെ പുണർന്നു നിൽക്കുന്ന
ഈ യാമത്തിൽ നീ കണ്ട കിനാവുകളെന്തെല്ലാം!
നീ നെയ്തുകൂട്ടിയ സ്വപ്നങ്ങൾ
നിന്റെ മാത്രം സ്വപ്നമായി മാറിയോ?

നിന്റെ ദേവൻ വരാൻ-
വൈകുന്ന ഈ വേളയിൽ
നിന്റെ മനസ്സ് മഴപെയ്യാൻ ഒരുങ്ങുന്ന
മേഘങ്ങളെപ്പോലെയോ?
ഒരു കാർവണ്ടായി നിന്നിൽ
അലിയട്ടെ നിന്റെ ദേവകുമാരൻ.

പേരിടൽ

പ്രസീദ എം.എൻ. ദേവു

പ്രണയിക്കുമ്പോൾ, അവൾക്ക് പേര്
പൂവെന്നായിരുന്നു.

എഴുതുമ്പോൾ, അവൾക്ക് പേര്
കവിയെന്നായിരുന്നു.

ഉന്മദിക്കുമ്പോൾ, അവൾക്ക് പേര്
ഭ്രാന്തിയെന്നായിരുന്നു.

കാമിക്കുമ്പോൾ, അവൾക്ക് പേര്
സ്വർഗ്ഗമെന്നായിരുന്നു.

പിന്നീടെപ്പോളോ അവൾക്ക് പേര്
വ്യഭിചാരിയെന്നായിരുന്നു.

മരണത്തിൽ, അവൾക്ക് പേര്
ശവമെന്നായിരുന്നു.

മറവിയിൽ, അവൾക്ക് പേര്
എന്തായിരിക്കും?

അയാൾ ഊട്ടിയ സ്നേഹ ഉരുളകൾക്ക്
അവളിട്ട പേര് ജീവനെന്നായിരുന്നു!

അനില കോട്ടപ്പടി

എന്നുമെൻ പൂമ്പാറ്റക്കായ്

എന്നുമെൻ പൂമ്പാറ്റക്കായ്
ഞാനെൻ പ്രാണ നിൽകുറിച്ചിടുന്നു.
മൂകമാം മുളം തണ്ടിൽ ചേർക്കും ശ്വാസമാം
വേണുഗാനം നിർമിഴി പെയ്യു തോരും
എൻ മോഹവും സംഗീതവും, നിന്നിലായ്
അർപ്പിക്കുവാൻ ജന്മപുണ്യമായ് കണ്ടുമുട്ടി
അനർഹയാണെങ്കിലും ഹൃദയ താളിൽ
എന്നോ മറച്ചുവെച്ച പൊൻ മയിൽപീലി
തഴുകിയുണർത്തിയ നാൾത്തൊട്ടേ
മറന്നു വെച്ചെൻ തൂലിക കണ്ടു കിട്ടി
അതിൽ നിന്നൊഴുകിയ വരികളിലോരോന്നും
നിന്നിലെ നിന്നെ കുറിച്ചായിരുന്നു.
നിലാവ് തോൽക്കും നിന്നുടെ പുഞ്ചിരി
പുണ്യമായ് എന്നുമെന്നും കണ്ടിരിക്കാൻ,
മറ്റൊരു ജന്മത്തിൻ അർഹത തേടി
ഞാനിന്നും കാത്തിരിപ്പു

നിഷ ആർ.

സ്നേഹധാര

അരികിലായ് വന്നു നീ നിൽക്കുന്ന നേരത്ത്
പൂങ്കാവനമാകുന്നിതെൻ തനുവും
നിന്നിളം കൈയ്യാൽ നീ മീട്ടുന്ന നേരത്ത്
എന്നിലുതിരുന്നു പാട്ടിന്നലയൊലിയും

നിൻ ചുടുചുംബനമേറ്റു ചുവക്കുന്നു
കപോലയുഗ്മങ്ങളും ചുണ്ടിണയും
നിന്നനുരാഗ ഗീതങ്ങൾ ചുരത്തുന്നു
എൻ നെഞ്ചിൽ പാട്ടിൻ പാലാഴിയും

അന്നു നീ ഉഴുതുമറിച്ചിട്ട നെൽപ്പാടങ്ങൾ
ഇന്നും കൊതിയോടെ കാത്തിരിപ്പൂ.
നിൻ ഹലപ്പാടിനായ് കൊതിച്ചിരിപ്പൂ
അതിൻ സുഖമുള്ള നോവിനായ് മോഹിച്ചിരിപ്പൂ.

നീയെനിക്കേകിയ സുരഭിലയാമങ്ങൾ
എൻ മനതാരിൽ പ്രഭ തൂകി നിൽക്കും
നീയെന്റെ കാതിൽ വിതുമ്പിയ വചനങ്ങൾ
എന്റെ ഹൃത്താഴത്തിലലയാഴി തീർക്കും

നീയെന്റെ കണ്ണിൽ മുത്തിയ തരളിമ
എന്നുമെൻ നയനങ്ങളീറനാക്കും
നീ ഇന്നു മീട്ടിയ ഞാനാം മണി വീണ
നീലാംബരിയായ് നിന്നിൽ ചേർന്നു നിൽക്കും.

ആ കാലം

മനോജ് മോഹനൻ നല്ലേപ്പിള്ളി

നിനവിൽ തെളിയുന്ന കാലം
നിന്നെ ഞാനാദ്യമായ് കണ്ടകാലം
മനസ്സിൽ പ്രണയം പൂവിട്ട കാലം
എന്നുള്ളിൽ മെല്ലേനീ വന്നൊരാരാ കാലം

ചെമ്മണ്ണുപാകിയൊരിടവഴിയിൽ
ചെമ്മാനം പൂവിട്ട മൂവന്തിയിൽ
കനകാംബരപ്പൂവുകൾക്കിടയിൽ
കാണാനായ് കൊതിയോടിരുന്ന കാലം

മാറോടു ചേർക്കുമാ പുസ്തകത്തിൽ
മാനം കാണാതെയൊളിപ്പിച്ചൊരാ
മയിൽപ്പീലി മെല്ലെയെടുത്തന്നു നീ
കൊതിയോടെ നോക്കിയിരുന്നൊരാരാ കാലം

പരലുകൾ പുളയുന്ന പുഴയ്ക്കരുകിൽ
പൂവിട്ട ഗുൽമോഹറിന്നരുകിൽ
ലജ്ജയാൽ ചോന്നുതുടിച്ച കണ്ണാൽ
കവിതകൾ നീയെറിഞ്ഞ കാലം

ഇനിവരില്ലെന്നറിഞ്ഞീടുകിലും
വന്നെങ്കിലെന്നെൻ മനം തുടിക്കും
വരുമോ ഇനിയും ഒന്നുകൂടി
നിനവിൽ മധുരിക്കുമാ കാലം

പ്രണയപുഷ്പം

ശ്രീകുമാർ പെരിങ്ങാല

ഹൃദയധമനിയിലൊഴുകിവന്നൊരു
പ്രണയസുന്ദരസൂനമേ
വരണമെന്നുടെ ചരണവീഥിയി-
ലൊരുമനസ്സുമായ് നീങ്ങിടാൻ.

മൊഴിയിലൊഴുകുമാ കുളിരുപോലൊരു
ചെറുതണുപ്പതു നൽകിടാൻ
സരളകോമളമുഖദളത്തിലായ്
മധുരചുംബനമേകിടാം.

കരുണയുള്ളൊരാ കരളുമെന്നുടെ
കരതലത്തിലായേകി നീ
കനിവു കാട്ടിയ കടമിഴിക്കോണി-
ലുദയമായെന്റെ മോഹവും.

കാറ്റിലുലയുമാ കുറുനിരക്കല
കവിളിലുമ്മവെച്ചുണരവേ
പുലരിപോലെനിന്നധരമുകുളവും
ഹാസമായി വിരിഞ്ഞുവോ.

താമരപ്പൂവിതളുമേനിയെൻ
തല്പമാക്കിയൊരുക്കി നീ
താരിളംകനവുമ്മവെച്ചതി-
മോഹനം ചെറുജീവിതം.

മഹി ഹരിപ്പാട്

വിഫലമോഹം

വിഫലമായ മോഹം ചിതയിലെരിയവേ!
പ്രണയഭംഗമായി നാമിണപിരിയവേ!
ഓർമ്മകളിലോടിയെത്തി അന്നു കണ്ടനാൾ,
നമ്മൾ കണ്ണുകളാൽ കഥപറഞ്ഞിരുന്ന പുണ്യനാൾ.

എന്റെയുള്ളിൽ പൂത്തുനിന്ന പ്രണയമല്ലയോ സഖീ-
നിന്റെ കാതിലന്നുമെല്ലെ ചൊല്ലിയില്ലയോ!
പ്രണയതല്പം നിന്റെ മുന്നിൽ ഞാൻ വിരിക്കവേ
ലജ്ജയാലെയെന്റെ മുന്നിൽ നിന്നതെന്തേ നീ.

കാലമെത്രപോയിടുന്നു നിന്റെയോർമ്മയാൽ
പ്രിയേ ഏകനായി ഞാനിവിടെ കാത്തിരിക്കുന്നു.
മരണമെന്നെ പുൽകിടുന്ന നേരമാകിലും
കരളുവെന്തു പാടിടുന്നു നിന്നെയോർത്തു ഞാൻ!

ഞാൻ കാറ്റാകാം.
നീ മാനവും ഞാൻ ഭൂമിയുമാകാം.
എന്റെ കാറ്റ് നിന്നിലലിയുമ്പോൾ
നിന്റെ മഴ എന്നിലേക്ക് പെയ്തിറങ്ങട്ടെ.
കാട്ടു പൂക്കുമ്പോൾ
നമുക്ക് കടൽക്കാറ്റിന്റെ
ഇരമ്പലിന് കാതോർക്കാം

- നന്ദിത

www.ingramcontent.com/pod-product-compliance
Lightning Source LLC
LaVergne TN
LVHW090426051026
849518LV00006B/2451
* 9 7 8 9 3 4 9 4 8 8 0 4 5 *